మది దాటని మాట

'గే' కమ్యూనిటీపై తొలి తెలుగు నవల

జాని తక్కెడశిల

Ukiyoto Publishing

All global publishing rights are held by

Ukiyoto Publishing

Published in 2024

Content Copyright © Johny Takkedasila
ISBN 9789362690722

తానేమి తప్పు చేయలేదు. తనకి ఇష్టమైనట్లు ఉండకుండా సమాజం కోసం తన మనసును ఎందుకు చంపుకోవాలి? తానేమి చదువులేనివాడు కాదు. ఏది తప్పో, ఏది ఒప్పో బాగా తెలుసు.

వర్ణ వ్యవస్థ, కుటుంబ వ్యవస్థ, వివాహ వ్యవస్థ, వర్గ సమాజం, కుల ఆధిపత్యం దేశాన్ని ఏవిధంగా తిరోగమనం వైపు నడిపించాయో, వాటి వల్ల సమాజంలో ఎన్నెన్ని దురాగతాలు జరిగాయో, జరుగుతున్నాయో తెలిసినవాడు కనుక తాను ఎంతమాత్రం తప్పు చేయడం లేదు.

తండ్రి కూతురిని చెరుస్తున్నాడు. చెల్లిని అన్నయ్య కామంతో చూస్తున్నాడు. కొడుకు తల్లిని కోరుకుంటున్నాడు. ఇంతటి నీచమైన మనుషుల కంటే తానేమి తప్పు చేయడం లేదే!.

లోకాన్ని ముందుకు నడపడానికి బ్రహ్మ తన కూతురైన సరస్వతి దేవతని పెళ్లి చేసుకున్నాడు. విష్ణు, మహేశ్వరులు సంగమించి బిడ్డను కన్నారు. మహమ్మద్ ప్రవక్త స్త్రీని ఉద్ధరించడానికి పదకొండు మందిని పెళ్లి చేసుకున్నాడు. వీళ్ళు చేసింది తప్పో, ఒప్పో తనకనవసరం. తానైతే తప్పు చేయడం లేదు. తననెవరు నిందించిన ఊరుకునే ప్రసక్తే లేదనుకున్నాడు.

తన సెక్సువల్ ఓరియెంటేషన్ ని డిసైడ్ చేయడానికి ఈ సమాజానికి ఏ హక్కు ఉంది? ఇలాంటి బట్టలే వేసుకోవాలని శాసించే హక్కు వాళ్ళకు ఎవరిచ్చారు? తాను జుట్టు పెంచుకుంటే వాళ్లకున్న సమస్య ఏంటి?

వేసుకునే బట్టల దగ్గర నుండి కాళ్ల చెప్పుల వరకు ఇలానే వేసుకోవాలని ఎవరో నిర్ణయిస్తే తానెందుకు అనుసరించాలి? మగాడు ఇలాంటి బట్టలే వేసుకోవాలనే ఆర్టికల్ రాజ్యాంగంలో లేదే. అయినా తనకు ఇష్టంలేని వేదాలను, పురాణాలను, శాస్త్రాలను తానెందుకు అనుసరించాలి?

ప్రతి మత గ్రంథంలోనూ వందల, వేల తప్పులున్నాయి. నేటి సమాజానికి సరితూగనివి ఎన్నో విషయాలు ఉన్నాయి. వాటిని సరిదిద్దుకునే ప్రయత్నం చేయకుండా తన గురించి ఎందుకు ఆలోచిస్తున్నారు? తానేదో పెద్ద పాపకార్యం చేస్తున్నట్లు ఎందుకు చిత్రీకరిస్తున్నారు? ఎవరైతే తనను వ్యతిరేకిస్తున్నారో ముందు వారి తప్పులు, వారి మత గ్రంథాలలోని తప్పులను సరిదిద్దుకోవాలి. పుట్టినప్పటి నుండి చనిపోయే వరకు సంప్రదాయం, సంస్కృతి పేరుతో తన జీవితాన్ని స్వేచ్ఛగా జీవించకుండా చేయడానికి వారెవరు?

సంప్రదాయం, సంస్కృతి పేరుతో జరుగుతున్న మూఢనమ్మకాలు, మూఢాచారాలపై పోరాటం చేయండి. వీలైతే ప్రజలను చైతన్యం చేయండి. తన జీవితంలోకి మాత్రం ప్రవేశించకండి.

కొన్ని కులాలకు అధికారమిచ్చిన దేవుళ్ల కంటే అంబేద్కర్ అంటేనే తనకిష్టం. ప్రజలను తిరోగమనం వైపు నడిపే దేవుళ్ల కంటే చైతన్యవంతులను చేసి సమాజాన్ని పురోగమనం వైపు నడిపించిన గురజాడ, జాషువా, శ్రీశ్రీ, చలం లాంటి సాహిత్యవేత్తలంటేనే ప్రేమ, అభిమానం.

దేవుళ్లను నిర్మించిన ఈ బ్రాహ్మణ సమాజం దేవుడి పేరుతో చేసిన అరాచకాలు తెలిసినవాడు, మహిళను అణగదొక్కిన ఇస్లాం గురించి అవగాహన ఉన్నవాడు, క్రైస్తవం పేరుతో దోపిడీ చేస్తున్న దోపిడి దారులను చూస్తున్నవాడు విమర్శించకుండా ఎలా ఉండగలడు?

ప్రశ్న నుండే పోరాటాలు, ఆందోళనలు పుట్టుకొస్తాయి. అందుకే తాను ప్రశ్నిస్తున్నాడు. అందరిని ప్రశ్నించమని అడుగుతున్నాడు. ఎవరైతే ప్రశ్నించరో? వారు మనుషులు ఎలా అవుతారు? తన దృష్టిలో వారు బ్రతికున్న శవాలే.

తన వ్యక్తిగత జీవితంలోకి ప్రవేశించడమే తప్పు. మళ్ళీ తన మీసాల గురించి, గడ్డం గురించి గుసగుసలాడుతుంటే నోరు మూసుకోవాలా? ఛాతిపై వెంట్రుకలు లేకపోతే తాను మగాడు కాదా? తనలో మగతనం ఉండదని నిర్ధారిస్తున్న ఈ సమాజాన్ని ఎలా వదిలిపెట్టగలడు.

తాను మగాడో, మహిళో తానే నిర్ణయించుకుంటాడు. అంగం ఉంటే పురుషుడు, మర్మాంగం ఉంటే మహిళా అనే సిద్ధాంతాన్ని నమ్మే మూర్ఖుడు కాదు. సెక్సువల్ ఓరియెంటేషన్ ని శరీరంతో ముడిపెట్టడం తనకిష్టం ఉండదు. అది తన మనసుకు సంబంధించింది. తానేంటో ప్రకటించుకునే అవకాశం తనకుండాలి కాని ఈ సమాజానికి కాదని రకరకాలుగా ఆలోచించుకున్నాడు శ్రీరామ్.

***

గుబురు గుబురు వెంట్రుకలతో బలమైన ఛాతీ, ముట్టుకుంటే మాసిపోయే పెదవులు, ట్రిమ్ చేసుకున్నట్లు ఉండే గడ్డం, మీసం. సిక్స్ ప్యాక్ శరీరం, చురుకైన చూపులు, పొడవైన చేతులు. మొత్తం మీద నేటి ఆధునిక సమాజం మగాడు ఎలాంటి శరీరంతో ఉండాలని చెప్తున్నదో అలానే ఉంటాడు కృష్ణ.

స్నానం చేసి బట్టలు వేసుకోడానికి టవల్ తోనే హాల్ రూమ్ లోకి వచ్చి, తన శరీరాన్ని అద్దం ముందు చూసుకుంటూ సిక్స్ ప్యాక్ కోసం ఎంత కష్టపడ్డానో, ఇష్టమున్న ఆహారాన్ని తినడం మానేసి ప్రతిరోజు రెండు, మూడు గంటల పాటు జిమ్ లో గడిపాను. దాని ప్రతిఫలమే ఈ శరీరం. ఏదైనా కష్టపడితేనే వస్తుందని పెద్దలు ఊరికే అన్నారా!'కష్టే ఫలి' అని అనుకుంటూ ఉండగా! కాలింగ్ బెల్ మోగడంతో గబాగబా ప్యాంటు వేసుకొని తలుపు తీశాడు.

'ఏంటి రా! ఇంకా రెడీ అవ్వలేదా? ఆఫీస్ కి టైం అవుతోందంటూ గది లోపలికి వచ్చి, నీ కంటే ఆడవాళ్లే నయం త్వరగా రెడీ అవుతారు. ఎంత కష్ట పడతావో సిక్స్ ప్యాక్ కోసం. నిన్ను షర్టు లేకుండా చూస్తే అమ్మాయిలేంటి అబ్బాయిలకు కూడా మూడ్ వస్తుంది.' ఏమైనా అలాంటి శరీరం అందరికీ రాదని తనకలాంటి శరీరం లేనందుకు నిరాశ చెందాడు మొహమ్మద్.

'చాలు చాలు లేరా.. ఆపు ఇక, నాతో పాటు జిమ్ కి రారా అంటే రావు. రాత్రంతా xvideos చూస్తూ ఏ తెల్లవారుజామున మూడు గంటలకో నిద్రపోతావు. ఇక పొద్దున్నే ఎలా లేయగలవు? సిక్స్ ప్యాక్ కోసం కాకపోయినా మంచి ఆరోగ్యం కోసమైనా జిమ్ చేయాలి.'

'ఆపు మహాప్రభో ఇరవై ఐదు సంవత్సరాలవాడు xvideos కాకుండా రామాయణం, బైబిల్, ఖురాన్ చదవుతాడా ఏంటి?'

'ఏ నువ్వు మాత్రం xvideos చూడటం లేదా?'

'నేను చూస్తాను కానీ, నీలాగా వాటికి బానిసను కాదు. చూడటంలో తప్పు ఉందనడం లేదు. జీవితంలో శృంగారం ఒక భాగం మాత్రమే. ఇరవై నాలుగు గంటలు అదే జీవితం కాకూడదు.'

'సరే కృష్ణ' మీ హితబోధ ఆపి బట్టలు వేసుకుంటే ఆఫీసుకు వెళ్లాము.

***

ఈ సమాజం తననెందుకు నిందిస్తోంది? సమాజం గురించి ఆలోచించనివారే తన గురించి చర్చలు చేస్తారు. తన "సెక్సువల్ ఓరియెంటేషన్" గురించి ఆలోచిస్తారు. తానేదో సమాజాన్ని భ్రష్టు పట్టిస్తున్నాడనేలా మాట్లాడుతారునుకుంటూ ఉండగా అమ్మ కేక వేసింది.

ఏరా టైం ఎంత అయ్యిందో చూసినావా? పొద్దున్నే అంగడి తెరసకపోతే అంగడికి వచ్చినోళ్లు పక్కకు జారిపోతారు. ఎన్నిసార్లు సెప్పినా వినవు. వయసులో ఉన్నప్పుడు మీ నాయన కూడా ఇలానే చేసేవాడు. ప్రతీది నిర్లక్ష్యమే. అందుకే ఈరోజు ఇలా మంచాన పడినాడు. వాడు చేసిన తప్పులకు నేను శిక్ష అనుభవిస్తున్నాను.

మీ నాయనకు పక్షవాతం వచ్చినప్పటి నుండి నరకం అనుభవిస్తున్నా. వాడి ఉచ్చలు, దొడ్డికి ఎత్తుకుంటూ బ్రతుకుతున్నా. వాడేమో ఇప్పటికీ నాపై రుసరుసలాడతాడు. నేనేదో తప్పుడు లంజముండను అయినట్లు ప్రవర్తిస్తాడు. సన్నాసి నా కొడుకు. ఆ రెండో కాలు కూడా పడిపోతే ఒక పని అయిపోతుంది. అయినా నా తలరాత అలా రాసినప్పుడు మిమ్మల్ని అని ఏం లాభం లే.

చిన్నప్పుడు కూలీ, నాలీ చేసుకొని కడుపుకింత అన్నం కోసం పడరాని తిప్పలు పడ్డాను. కనీసం పెళ్లి తర్వాతైనా సుఖంగా ఉందామనుకుంటే సంపాదించింది మొత్తం పేకాట, నంబర్ల ఆట, కోడి పంద్యాలు అంటూ డబ్బు మొత్తం తగలేసినాడు. అదీ చాలక సాలె కొంపలకు తిరిగి ఉన్నది మొత్తం ఊడ్చినాడు. ఇప్పుడు మంచాన పడినా కొవ్వు మాత్రం తగ్గలేదు. ఎన్నిరోజులు నేనీ నరకం అనుభవించాలో! నిన్ను ఒక ఇంటోడిని చేస్తే నాపైనున్న భారం దిగిపోతుంది.

అతను బయటకు వెళ్ళకపోతే తల్లి వదురుతూనే ఉంటుంది. నిజానికి అంగడి తెరిచినా, తెరవకపోయినా రోజులో ఏదో ఒక సమయంలో అవన్నీ వినాల్సిందే. రోజుకొకసారైనా చెప్పకోకపోతే తల్లికి నిద్రపట్టదు. మనశ్శాంతిగా ఉండదు. తల్లి అలా వదరడానికి కారణం ఆమె అనుభవించిన, అనుభవిస్తున్న జీవితమే.

తల్లికి పెద్దగా చదువు లేదు. పూజలు చేస్తుంది. ఎందుకీ పూజలంటే? మనశ్శాంతి కోసం అంటుంది. ఆమె చేయని తప్పులకు శిక్ష అనుభవించడానికి కారణం తాను పూర్వ జన్మలో చేసుకున్న పాపమని నమ్ముతుంది.

తన జీవితం అంతేనని, ఇక మారదని సర్ది చెప్పుకుంటుంది. దేవుడు తలరాత అలా రాసుంటే ఎవరు మాత్రం ఏం చేయగలరంటూ మదన పడుతుంది. తన కష్టాలకు తానే కారణం అనుకుంటుంది.

అలాంటి మాటలు వినాలంటే అతనికి ఎంతమాత్రం ఇష్టముండదు. ఇవన్నీ అగ్రకులాలు సృష్టించినవి. వివాహ వ్యవస్థ మహిళలను పురుషులకు దాసిగా చేసింది. ఆమె ఇష్టాలను చంపేసింది.

ఆమెకు నచ్చిన జీవితాన్ని గడపకుండా మెడలో ఒక తాడు బిగించింది. అదే సంప్రదాయం, సంస్కృతని నమ్మించి మోసం చేసింది. చెవులకు కమ్మలు, చేతులకు గాజులు, ముక్కుకు ముక్కు పుడక, కాళ్లకు గజ్జెలు, మెట్టెలు వేసి గంగిరెద్దును చేసింది.

భర్త ఎన్ని తప్పులు చేసినా వాడిని క్షమించాలి. భర్తను వదిలేస్తే ఆమె పతిత అవుతుంది. “ఇడిసింది ఈధికి పెద్ద”, “బరి తెగ్గించి బజారుకు ఎక్కింది” పొగరుబోతు, గయ్యాళి ఇలా చెప్పుకుంటూ పోతే భార్యకు ఎన్నెన్ని బిరుదులను అంటగట్టిందో!.

భర్త చేసే తప్పులను క్షమించి నోరు మూసుకొని ఉంటే ‘సతీసావిత్రి’ అవుతుంది. సావిత్రి ఎంత ఉత్తమమయ్యిందోనని కథలు అల్లిన ఈ వ్యవస్థ ఆ విధంగా లేని మహిళలను నీచాతి నీచంగా చిత్రీకరించింది. అందుకే ఈ వ్యవస్థ అంటే తనకు కోపం. దానిపైనే అతని పోరాటం.

***

కృష్ణ, మొహమ్మద్ బెంగళూరు ఇన్ఫోసిస్ లో రెండేళ్ల నుండి పని చేస్తున్నారు. మొదట కొన్ని నెలల పాటు హాస్టల్ లో ఉండేవారు. హాస్టల్ వాతావరణం నచ్చకపోవడంతో ఇద్దరు కలిసి బెల్లందూర్ లో ఒక డబల్ బెడ్ రూమ్ ఫ్లాట్ అద్దెకు తీసుకొని ఉంటున్నారు. రెండేళ్ల లోనే మంచి స్నేహితులయ్యారు. ఒకరి కుటుంబాల గురించి మరొకరికి బాగా తెలుసు.

మొహమ్మద్ కి ఎలాంటి చెడు అలవాట్లు లేవు. మంచి మనసు, తన చుట్టూ ఉన్న వాతావరణాన్ని ఆహ్లాదకరంగా ఉంచుతాడు. తనపై ఎవరైనా సెటైర్ వేసినా, గేలిగా మాట్లాడినా ఎంతో హుందాగా సమాధానం ఇస్తాడు. తాను ఎక్కడుంటే అక్కడ నవ్వులే. తన కష్టాలను, బాధలను ఇతరులకు చెప్పి బాధ పెట్టాలనుకోడు. అందరూ ఆనందంగా ఉండాలన్నదే మొహమ్మద్ లక్ష్యం. ఇవన్నీ కృష్ణను అమితంగా ఆకట్టుకున్నాయి. అందుకే కొలిక్స్ కాస్త ఫ్లాట్ మేట్స్ అయ్యారు.

కృష్ణ మంచి అందగాడు. ఆఫీస్ లో చాలామంది అమ్మాయిలు తనతో మాట్లాడాలని తహలాడుతుంటారు. అదే ఆఫీస్ లో పనిచేసే దీప కృష్ణను అమితంగా మోహిస్తుంటుంది. దీపకు కృష్ణ అంటే ప్రేమ కాదు, వ్యామోహం. కృష్ణతో ఒక్క రోజైన గడపాలి. తన బాహువుల్లో నలిగిపోవాలి. తన ఎత్తైన ఛాతిపై తల పెట్టి పడుకోవాలి. తన విశాలమైన నుదిటిపై ముద్దుల వర్షం కురిపించాలని కలలు కనేది. కృష్ణను పెళ్లి చేసుకునే ఆలోచన లేదు కాని, తనతో పడక సుఖం పొందాలన్నదే దీప యొక్క వాంఛ. ప్రతిరోజూ కృష్ణను టెంప్ట్ చేయడానికి రకరకాలుగా ప్రయత్నం చేసేది.

కృష్ణ మాత్రం అదేది పట్టించుకోకుండా తన పని తాను చేసుకునేవాడు. దీప తన కోసం ఆరాటపడటాన్ని చూసి బాధపడేవాడు.

ప్రతి సంవత్సరం ఆఫీసు స్టాఫ్ ని రెండు రోజుల పాటు ఔటింగ్ కి తీసుకెళ్లడం సంస్థ ఆనవాయితీ. ఈ సంవత్సరం ఊటీకి వెళ్ళాలని సంస్థ నిర్ణయించింది. రెండు రోజులకు సరిపడే సామాగ్రి సర్దుకోవాలని, రేపు పొద్దునే నాలుగు గంటలకు ఆఫీస్ ముందు బస్సు ఉంటుందని సర్క్యులర్ జారి చేశారు. రేపు ఔటింగ్ ఉంది కాబట్టి ఈరోజు త్వరగా ఇంటికి వెళ్ళవచ్చని కూడా చెప్పడంతో మొహమ్మద్, కృష్ణ త్వరగా ఇంటికెళ్లి పోయారు.

'ఏరా కృష్ణ వెళుతున్నాము కదా! నీకేమైనా పనులుంటే చెప్పు మానుకుందాము. ఫ్లాట్ లో మంచి మంచి వంటలు చేసి పెడతాను. చక్కగా తింటూ రెండు రోజుల పాటు ఫ్లాట్ లోనే ఎంజాయ్ చేయొచ్చు.'

'గత సంవత్సరం కూడా మనం వెళ్ళలేదు కదరా! ఈ సంవత్సరం కూడా వెళ్ళకపోతే మనం మింగిల్ అయ్యే రకం కాదనుకుంటారు. ఊటీ దగ్గరే కదా! వెళ్దాం లే.'

'అయితే నువ్వు ఒక గంట పడుకో నేను స్నానం చేసి వంట సిద్ధం చేస్తాను. తిన్న తర్వాత బట్టలు సర్దుకుందాము.'

'కూరగాయలు తరగడం అలాంటివి చేయనా?' మొహమ్మద్ వైపు చూశాడు.

'అవసరం లేదు గాని వెళ్లి కాసేపు పడుకో, గంటలో వంట సిద్ధం చేస్తానన్నాడు.'

మొహమ్మద్ స్నానం చేసి కృష్ణకు ఇష్టమైన ముద్దపప్పు చేశాడు. ఇంటి నుండి తెచ్చిన చెనిక్కాయ పొడి, టమోటా ఊరగాయ, వడియాలు, కారాలు ఎలాగూ ఉన్నాయనుకున్నాడు.

'ఒరేయ్ కృష్ణ! వంట సిద్ధమయింది. అన్నం కుక్కర్ లో పెట్టాను. నువ్వు వెళ్లి ఐదు నిమిషాల్లో ఫ్రెష్ అప్ అయ్యి వస్తే.. భోజనం చేద్దామని కృష్ణను లేపాడు.'

'ఆఫీస్ లో పని ఒత్తిడి కారణంగా బాగా అలసిపోయిన కృష్ణ. అప్పుడే గంట అయిపోయిందా! నువ్వు స్నానం చేసి వంట కూడా చేశావా? నిన్ను ఎవరు చేసుకుంటారో గాని తను అదృష్టవంతురాలురా అంటూ మొహమ్మద్ బుగ్గ గిల్లాడు.'

'సరే సరే! వెళ్లి ఫ్రెష్ అప్ అయ్యి వస్తే.. తిందాం, ఆకలిగా ఉంది.' ఇద్దరు భోజనం చేసి ఉదయాన్నే ఊటీ ప్రయాణానికి బట్టలు, అవసరమైన వస్తువులు సర్దుకోవడంలో తలమునకలయ్యారు.

***

"ఆపమ్మా రోజు చెప్పే సోదేగా! అంగడికి వెళ్తున్నాను. మధ్యాహ్నం ఇంటికి రాను, సుబ్బయ్య హోటల్ లో తింటాలే. నీకు నాయనకు మాత్రమే వండుకో.'

శ్రీరామ్ మనసులో ఎప్పుడూ ఇదే గందరగోళం. అమ్మ స్థితి ఎందుకలా అయ్యింది? అమ్మను మార్చగలనా? ఇక తన గురించి

తెలిస్తే ఇంట్లో ఉండనిస్తారా? అమ్మ లాంటి వాళ్ల మెదళ్లలో పట్టిన బూజు ఎలా దులపాలి? వాళ్ల జీవితాన్ని ఎందుకు ఇలా నాశనం చేసుకుంటున్నారు? సమాజాన్ని ఎలాగైనా మార్చాలి. వేళ్లతో సహా కూరుకుపోయిన ఇలాంటి మనుషులు మారతారా? దేవుడు లేడని చెపితే వింటారా? కష్టమే మన జీవితాన్ని నిర్మిస్తుందని చెపితే ఒప్పుకుంటారా? ఎందుకు మారరు? గతంతో పోల్చుకుంటే ఎంతమంది మారలేదు.

అందరూ ఇప్పుడున్న సమాజం కంటే మునుపటి సమాజమే బాగుందంటారు. ఇది పచ్చి అబద్ధం. బాల్య వివాహాలు, సతీసహగమనం వంటి ఆచారాలతో మగ్గిపోతూ, స్త్రీలకు స్వేచ్ఛ ఏమాత్రం లేని ఆ సమాజం మంచిది ఎలా అవుతుంది?.

రాజరిక వ్యవస్థ కంటే, బ్రిటిష్, దొరలపాలన కంటే నేటి ప్రభుత్వాలే నయం కదా! అప్పుడు నిరసన తెలిపితే చంపేవాళ్ళు ఇప్పుడు అలా లేదు. ప్రభుత్వాలను కూల్చే శక్తి ప్రజలకు ఉంది. స్త్రీలకు స్వేచ్ఛ ఉంది. ఇంకా అనేక విషయాలపై పోరాటాలు చేస్తున్నారు. కాబట్టి అప్పటి చీకటి సమాజం కంటే వెలుగులో ప్రయాణించే నేటి సమాజమే బాగుందని అర్థమయ్యేలా చెపితే ఎందుకు మారరు? తప్పకుండా మారతారు. మొదట అమ్మను ఈ దేవుడు, దెయ్యమనే మత్తు నుండి బయట పడేయాలి.

అంగడికి వెళ్తున్నాడే కాని మనసులో మాత్రం అవే ఆలోచనలు. అంగడికి చేరుకోగానే పదహైదు నిమిషాల్లో అన్నీ సర్దుకున్నాడు. ఒక్కసారి అంగడి తెరిస్తే చాలు మూసేవరకు ఎవరో ఒకరు వస్తూనే ఉంటారు.

సరుకులన్నీ ఉన్నాయో, లేవో చూసుకోని లేని సరుకుల లిస్టు తయారు చేసి, పులివెందులలో ఉండే అరశెట్టి అంగడికి ఫోన్ చేసి చెప్పాడు.

మధ్యాహ్నం సుబ్బయ్య హోటల్ లో రెండు ముద్దల రాగిసంగటి, చెన్నిక్కాయ ఊరిబిండి తెప్పించుకొని తిన్నాడు. మధ్యాహ్నం కావడంతో అంగడికి వచ్చేవాళ్లు తక్కువయ్యారు. కొద్దిసేపు కునుకు తీద్దామని అంగట్లోనే సాప పరుచుకున్నాడు. కళ్ళు అయితే మూసుకున్నాడు కాని నిద్రపట్టలేదు.

"అమ్మేమో తనకు పెళ్లి చేయాలనుకుంటోంది. తనకేమో పెళ్లి, పిల్లలు ఇష్టం లేదు. అసలు అమ్మాయిలను చూస్తే తనలో ఎలాంటి చలనం ఉండదు. అబ్బాయిలందరూ అమ్మాయిలను ప్రేమిస్తారు. వారితో సుఖపడాలని అనుకుంటారు. తనకేమో అలాంటి ఆలోచనలే లేవు. పదవ తరగతిలో ఉన్నప్పుడు తాను కూడా పెళ్లి చేసుకోవాలని అనుకున్నాడు. ఆ తర్వాతే పెళ్లి మీద విరక్తి వచ్చింది. బహుశా! తాను చదివిన పుస్తకాల ప్రభావం కావచ్చు. సరే పెళ్లి అంటే ఇష్టం లేదు. మరి ఆడపిల్లలపై మోజు ఎందుకు లేదు?.

అయినా మగాడికి ఆడపిల్లలపై మోజు ఎందుకు కలగాలి? ఏం మగాడు ఆడవాళ్లనే పెళ్లి చేసుకోవాలా? పెళ్లి కేవలం సెక్స్ కోసమేనా? సెక్స్ అంటే సంభోగం ఒక్కటేనా? కాదు కదా! రెండు శరీరాలు కలిస్తే సెక్స్ అవుతుంది. అదే రెండు మనసులు కలిస్తే శృంగారం అవుతుంది. రెండు ఒక్కటేగా ఇందులో తేడా ఏముంది? అనుకోకండి. సెక్స్ లో ఒకరు మాత్రమే తృప్తిపడతారు.

అదే శృంగారంలో ప్రేమ ఉంటుంది. ఇద్దరూ ఆనందంగా సుఖపడతారు. తనకు కావాల్సింది సెక్స్ కాదు, శృంగారం.

శృంగారానికి ఆడపిల్లలే ఎందుకు? మగాడు మగాడితో శృంగారం చేస్తే తప్పేముంది? అవును తానొక "గే" మరొక "గే" తో కలిసి ఉండాలనుకుంటున్నాడు. "గే" తో తన జీవితాన్ని పంచుకోవాలనుకుంటున్నాడు. ఈ సమాజం ఒప్పుకున్నా, ఒప్పుకోకపోయినా తన కుటుంబం వ్యతిరేకించినా, తన పల్లె తనను వెలివేసినా సరే.

తన లోకంలో తానే ఉంటాడు. ఎప్పుడూ ఒంటరితనమే. తన లాంటివాళ్ళు తన చుట్టూ ఉంటే ఎంత బాగుండేదో. పురుషులు తాము పురుషులమనీ, స్త్రీలు తాము స్త్రీలమనీ బహిరంగంగా చెప్పుకుంటారు మరి మేమెందుకు చెప్పుకోలేక పోతున్నాము? ఈ సమాజం తమ గురించి మాట్లాడటానికి కూడా అంగీకరించడం లేదు.

తాను "గే" అని నిర్భయంగా చెప్పుకునే సమాజం ఎప్పుడు వస్తుందో? ప్రముఖ కన్నడ "గే" రచయిత వసుదేంద్ర గారు చెప్పినట్టు ఒంటరితనం మొత్తం వాళ్ళ జీవితాల్లోనే ఉంటుంది.

సమాజంలో ఉన్న ప్రతి జాతికి తమ జాతి అండదండలు ఉన్నాయి. స్త్రీలకు పురుషుల తోడూ, పురుషులకు స్త్రీల తోడూ ఉంది. మరి "గేస్స్" కి ఏది? "గే" అని చెప్పుకోడానికే భయపడుతున్నారు. ఇక గేస్స్ అందరూ ఒకచోట ఎలా కలుస్తారు? ఈ సమస్యకు పరిష్కారం సాంకేతిక రంగం ద్వారా లభించింది.

ఒకే అభిరుచులు ఉన్నవారు కలపడానికి ఇంటర్నెట్, సామాజిక మాధ్యమాల ద్వారానే సాధ్యమౌతుంది. తాను అనుభవిస్తున్న ఈ ఒంటరితనాన్ని తన లాంటివారు ఎందరో అనుభవిస్తూ ఉంటారు. ఈ సమస్యకు ఒక పరిష్కారం చూపాలి. మొదట తాము “గే” అని గేయ్స్ ధైర్యంగా చెప్పుకోగలగాలి. అప్పుడే ఒంటరితనం గేయ్స్ జీవితాల నుండి వెళ్ళిపోతుంది.

తాను “గే” అని బహిరంగంగా చెప్పుకునేలా చేయడం శ్రీరామ్ మొదటి లక్ష్యమైతే. చెప్పుకున్నవారిని ఈ సమాజం అంగీకరించేలా చేయడం తన రెండవ లక్ష్యం. తప్పకుండా తాననుకున్న లక్ష్యాలు నెరవేరతాయి. హిజ్రాలను, గేయ్స్ ని కుటుంబం అంగీకరిస్తే, ఆ తర్వాత సమాజం దానికదే ఒప్పుకుంటుంది. దానికోసం ఎలాగైనా కృషి చేయాలనుకున్నాడు.

***

'ఒరేయ్ కృష్ణ! ఏ.సి కాస్త తగ్గించకురా బాబు. మనం ఉండేది బెంగళూరులో కాదు, ఊటీలో. ఇంత చలిగా ఉంటే ఏ.సి అవసరమా? చలికి వణికిపోతున్నా.'

'ఏం.. రా.. మహమ్మద్? ఒంట్లో వేడి ఉందా లేదా? ఈ వయసులో ఏసీ పడదంటే ఎలా?' అంటూ రిమోట్ ని మొహమ్మద్ కి అందించాడు.

'ఒంట్లో వేడి గురించి మాట్లాడకు కృష్ణ.. ముందే చలిగా ఉంది. అమ్మాయి కనపడితే కొరికేయాలని ఉంది. నాకు ఇప్పుడు అర్థమయ్యింది.

పెళ్ళైన కొత్త దంపతులు ఊటీకి, కొడైకెనాల్ కు ఎందుకు వస్తారో. ఈ చలిలో వేడి వేడి పనులు భలే మజాకా ఉంటాయని కన్ను కొట్టాడు.'

'ఆపురా! ఏ విషయం గురించి మాట్లాడినా చివరకు దాని దగ్గరకే వస్తావు. లేచి రెడీ అవ్వు కిందికి వెళ్లి డిన్నర్ చేద్దామంటూ' అద్దం ముందు నిలబడి ఫేస్ క్రీం రాసుకుంటూ ఉండగా.. కాలింగ్ బెల్ మోగింది.

'చూడు కృష్ణ! దీప ఏమైనా వచ్చిందేమో! ముందే చెప్పాను కదా! నేను నా రూమ్ లో ఉంటానని.. చెపితే విన్నావా?.'

'ఆపురా బాబు! నీకో దండం అంటూ డోర్ ఓపెన్ చేశాడు.'

'ఏమున్నావురా బాబు బుగ్గలు కొరికేయాలని ఉంది. ఒక్కసారి ప్లీజ్! ప్లీజ్ అంటూ కృష్ణను లోపలకి తోసుకుంటూ వచ్చింది దీప.'

'అమ్మా.. దీపా! నేను కూడా రూమ్ లో ఉన్నాను. కాస్త చూసుకో తల్లీ' వెటకారంగా అన్నాడు మొహమ్మద్.

'మేనేజర్ అందరికీ ఒక్కొక్క రూమ్ ఇచ్చారు కదా! నువ్విక్కడ ఏం చేస్తున్నావు? ఎప్పుడూ కృష్ణను అంటిపెట్టుకుని ఉంటావు.

కొంపదీసి నువ్వు "గే" కాదు కదా? అలాంటి ఆలోచనలు ఉంటే మానుకో. ముందు నేను కృష్ణతో గడపాలి, ఆ తర్వాతే నువ్వు!' నవ్వింది దీప.

'చూడమ్మా తల్లీ! నీ కోరిక కోసం నా సెక్సువల్ ఓరియెంటేషన్ ని ఎందుకు శంకిస్తావులే? నేను నా రూమ్ కి వెళ్ళిపోతాను. మీరు ఎంజాయ్ చేసుకోండి' లేవబోయాడు.

'నువ్వు ఆగరా! ఎక్కడికీ వెళ్ళాల్సిన అవసరం లేదు. టైం అవుతోంది, ఆకలిగా ఉంది, లేచి రెడి అవ్వు.'

'అయితే ఇప్పుడు లేదంటావా?' బుంగమూతి పెట్టి మెలికలు తిరిగింది దీప.

'ఒరేయ్ నువ్వు స్నానం చేసి త్వరగా కిందికిరా నీ కోసం వెయిట్ చేస్తూ ఉంటాము. నువ్వు వచ్చాకే డిన్నర్' దీప రెండు భుజాలపై చేతులేసి తోసుకుంటూ బయటికి నడిచాడు.

'ఏంటి కృష్ణ? నేనేమి పెళ్లి చేసుకోమంటున్నానా? ఒకరోజు నీతో గడపాలనేది నా కోరిక. నువ్వేమి భయపడకు నేను ఇంతకు ముందు ఎవరితో కలవలేదు. నీతోనే ఫస్ట్. ఆ తర్వాత నా తలిదండ్రులు ఎలాగో పెళ్లి చేస్తారు. నాకు ఇష్టం ఉన్నా, లేకపోయినా వాడితో గడపాల్సిందే. నేను నిన్ను అడుగుతున్నానని చులకనగా చూడకు. నేనేమి కనపడిన ప్రతి ఒక్కడితో గడిపే రకం కాదు. నువ్వంటే నాకిష్టం. అందుకే నీతో గడపాలని ఉంది. కాని, నా జీవితం నా చేతుల్లో లేదు. నా పెళ్లి నా ఇష్టప్రకారం జరగదు. కనీసం ఇదైనా ఒప్పుకోవా ప్లీజ్!' తల దించుకుంది దీప.

'చూడు దీప! బలమైన శరీరం ఉన్నవాళ్లు పడక గదిలో ఆడవారిని సుఖపెడతారని అనుకోవడం నీ భ్రమ.

నాకు అమ్మాయిలంటే ఇష్టం లేదు. నువ్వు నన్ను సంవత్సరం నుండి అడుగుతున్నావు కనుక చెప్తున్నా విను!.

'నేను మొహమ్మద్ ని ప్రేమిస్తున్నను'

'ఏంటి కృష్ణ! నువ్వు అనేది?'

'అవును దీప! నేనొక "గే" ని. నాకు మొహమ్మద్ అంటే ఇష్టం. తనతో నా జీవితాన్ని పంచుకోవాలనుకుంటున్నాను. మొహమ్మద్ ఒప్పుకుంటే తననే పెళ్లి చేసుకుంటాను.'

నీకు తెలుసు కదా! మొహమ్మద్ ది సాంప్రదాయ ఇస్లాం కుటుంబం. మాదేమో బ్రాహ్మణ కుటుంబం. మామూలు పెళ్ళే కుదరదు. ఇక ఇద్దరు మగవాళ్ల పెళ్లి అంటే జరగని పని. అయినా నేను మొహమ్మద్ తో కలిసి నా జీవితాన్ని పంచుకోవాలనుకుంటున్నాను. అందుకే అమెరికాకు వెళ్ళాలని నిర్ణయించుకున్నాను. మొహమ్మద్ ని కూడా ఒప్పించే ప్రయత్నంలో ఉన్నాను. అమెరికాకు వెళ్లిన తర్వాత వాడికి నా ప్రేమ విషయం చెప్తాను. వాడు ఒప్పుకుంటే నా జీవితం వెన్నెల రాత్రి లాగా చల్లగా ఉంటుంది. లేదంటే మోడుబారిపోవడమే. నేను నీతో కలిసినా నిన్ను సుఖపెట్టలేను. నా మనసులో మొహమ్మద్ తప్ప మరొకరికి చోటు లేదు.

'దీప షాక్ లో ఉండిపోయింది. కృష్ణ కావాలనే నన్ను దూరం పెట్టడానికి అలా అంటున్నాడా? అనే ఆలోచనలో పడింది.'

'నేను చెప్పింది విన్నావా?' దీపను కదిలించాడు.

'ఏంటో! నాకంతా గందరగోళంగా ఉంది. నువ్వు అంటున్నది నిజమేనా? లేదంటే నన్ను దూరం చేయడానికి అలా చెప్తున్నావా?'

'లేదు దీప! నేను చెప్పేది నిజం. మొహమ్మద్ ని రెండు సంవత్సరాల నుండి ప్రేమిస్తున్నాను. ఈ విషయం వాడితో చెప్పలేకపోతున్న. వాడు నన్ను చాలా బాగా చూసుకుంటాడు. ప్రతి విషయంలో నన్ను అర్థం చేసుకుంటాడు. అలాంటి వాడితో నా జీవితాన్ని పంచుకోవాలనుకుంటున్నాను.

'మొదటి నుండి నాకు అమ్మాయిలంటే ఇష్టం ఉండేది కాదు. మొహమ్మద్ పరిచయమైన తర్వాత తనతో కలిసి ఒకే అపార్ట్ మెంట్ లో ఉండటంతో నాకు చాలా దగ్గరయ్యాడు. వాడు లేకుండా నేను ఒక్క నిమిషం కూడా ఉండలేను. వాడే నా జీవితం. నా జీవితంలో ఉన్న ఒంటరితనాన్ని వాడే దూరం చేస్తాడని అనుకుంటున్నాను. ఆపై ఆ దైవనిర్ణయం ఎలా రాసి పెట్టిందో మరి?.'

'నువ్వు చెప్పేది వింటుంటే పిచ్చి పట్టినట్టు ఉంది. ఇంత హ్యాండ్ సంగా ఉండే నువ్వు "గే" అంటే నమ్మకం కుదరడం లేదు. నాతో పరాచికాలు ఆడుతున్నావు కదా?'

'అదేమీ లేదు దీపా! నువ్వు నాకు సంవత్సరం నుండి పరిచయం. అందులోను నన్ను కోరుకుంటున్నావు. అందుకే నీకు నిజం చెప్పాలనుకున్నాను. అయినా "గే" హ్యాండ్ సంగా ఉండకూడదా ఏంటి? సాధారణంగా గేస్సు తమ 'సెక్సువల్ ఓరియెంటేషన్' ను బయటకి చెప్పుకోలేరు. ఎందుకంటే? ఈ సమాజం మమ్మల్ని అంటరానివారి కంటే హీనంగా చూస్తోంది.

ఇంకొందరైతే మాలో మగతనం లేని కారణంగా గేయ్స్ లాగా మారిపోయామని ప్రచారం చేస్తున్నారు. మాలో ఉన్న విశృంఖల కామమే "గే" లుగా మారుస్తుందని వితండవాదం చేస్తున్నారు. గేయ్స్ ఎప్పుడూ స్త్రీలపై వ్యామోహం పెంచుకోరు. అందుకే నువ్వు నన్ను ఎంత కోరుకున్నా నీతో గడపడానికి నా మనసు అంగీకరించలేదు.'

'నన్ను క్షమించు కృష్ణ! నువ్వెంటో తెలియకుండా నిన్ను ఇబ్బంది పెట్టాను. సరే నాకు తల నొప్పిగా ఉంది. పొద్దునే మాట్లాడుకుందామని వెళ్ళిపోయింది.'

***

వద్దు వద్దు అంటున్నా వినకుండా పిల్లని చూసుకోవడానికి పిల్చుకెళ్లింది శ్రీరామ్ వాళ్ల అమ్మ. మనసు వద్దంటున్నా పెళ్లి చూపులకి వెళ్ళాల్సి వచ్చింది. పెళ్లివారు చాలా మర్యాదగా ఆహ్వానించారు.

పెళ్లికూతురి తండ్రి కళ్లలో చిన్నపాటి వణుకు. ఆయనకు ముగ్గురు కూతుళ్లు. ఆమాత్రం వణుకు లేకుండా ఎలా ఉంటుంది? ముగ్గురి పెళ్ళిళ్ళు చేయాలి. కట్నాలు ఇవ్వాలి, పుట్టింట్లోనే పురుళ్లు పోయాలి. కూతురినిచ్చి పెళ్లి చేసి కూడా అల్లుడు ఎన్ని తప్పులు చేసినా నెత్తిన పెట్టుకొని చూసుకోవాలి.

అమ్మాయిని ఎదురుగా కూర్చొబెట్టారు. ఆమె చాలా అందంగా ఉంది. తనకేమో ఆమెను చూస్తుంటే సోదరి భావం కలుగుతోంది.

తనను అలా ఎందుకు అలంకరించారు? సంతలో పశువును అమ్మకానికి పెట్టినట్టు పెళ్లిచూపుల పేరుతో ఆమెను అలంకరించడం ఎందుకు? సంతలో కనీసం పశువును కొంటారు. ఇక్కడ అలా కాదు. ఆమె డబ్బు ఇచ్చి మగాడిని కొనాలి. ఇలాంటి సంస్కృతి గొప్పది ఎలా అవుతుంది? స్త్రీలు తమకు ఇష్టం ఉన్నవారిని పెళ్లి చేసుకునే అవకాశం ఉండాలి.

ఒకవేళ పెళ్ళైన తర్వాత అభిప్రాయ భేదాలు వస్తే విడాకులు తీసుకొని మరో పెళ్లి చేసుకునేలా ఉండాలి. ఈ విషయంలో సమాజ ఆలోచనా సరళి మారాలి. సంస్కృతి, సంప్రదాయం, పరువు పేరుతో మహిళలను అణచి వేస్తున్నారు. భక్తి పేరుతో స్త్రీలను ఆలోచించకుండా చేస్తున్నారు.

'ఏం రా? అమ్మాయి నచ్చిందా?' అని అందరి ముందే అమ్మ అడిగింది.

ఏం చేయాలో అర్థంకాక మౌనంగా ఉండిపోయాడు శ్రీరామ్. ఆ తర్వాత అమ్మాయిని లోపలకి తీసుకెళ్లారు. తన మౌనాన్ని అంగీకారం అనుకొని కట్నం గురించి మాట్లాడింది.

అమ్మాయి వాళ్ల నాన్నేమో కూతురి ఇష్టాన్ని కూడా అడగలేదు. తాను అంత ఇచ్చుకోలేనని, తనకు ముగ్గురు అమ్మాయిలు ఉన్నారని, ఇంతైతే ఇచ్చుకోగలనని అమ్మతో అనడం శ్రీరామ్ కి వినిపించింది.

ఆమె మాత్రం నాకు ఒక్కగానొక్క కొడుకు, ఉండే ఆస్తి మొత్తం వాడిదే. నా మొగుడేమో మంచాన పడ్డాడు.

మేముంటే ఎన్ని రోజులు ఉంటాము? ఆ తర్వాత వారిద్దరే కదా! కట్నం తక్కువ తీసుకుంటే ఊర్లో అందరు తప్పుగా అనుకుంటారు. మాకు మానం పోతుంది. ఐదు లక్షలకి రూపాయి తగ్గినా కుదరదని తెగేసి చెప్పింది.

మేము పోతున్నాము. ఏ విషయం ఫోన్ కొట్టి చెప్పండని చెప్పింది.

శ్రీరామ్ కి అమ్మపై విపరీతమైన కోపం వచ్చింది. మా దగ్గర డబ్బు ఉంది. అయినా కట్నం ఎందుకు అడుగుతోంది? అమ్మ యొక్క చెత్త బుర్రను ఎలా మార్చాలి? వివాహ వ్యవస్థ అనే జైలు నుండి ఎలా బయట పడేయాలి?

ఇంటికి రాగానే 'ఏం రా నీకు అమ్మాయి ఇష్టమే కదా!' అక్కడే అడిగితే ఊ అనలే.. ఆ అనలే. అమ్మాయి బాగుంది కదా! ఎర్రగా, బుర్రగా అమ్మాయి నాన్న కూడా మనం ఎలా చెపితే అలా వింటాడు.

శ్రీరామ్ కి కోపం తన్నుకొచ్చింది. 'నీకు వాళ్ళు కట్నం ఎందుకివ్వాలి? నువ్వు చెప్పినట్టు వాళ్ళు ఎందుకు వినాలి? మనకు కొంప, పొలం, అంగడి ఉన్నాయి కదా! ఇంకేమి కావాలి? ఆయనకు ముగ్గురు కూతుళ్లు అంత డబ్బు ఎక్కడి నుండి తెస్తాడు? నువ్వు అడిగే గొంతెమ్మ కోరికలు ఎందుకు తీర్చాలి.?'

'ఏందిరా నోరు లేస్తోంది! మన సంప్రదాయం ప్రకారం కట్నం తీసుకోవాలి. పెళ్లి కొడుకుకు వాచీ, ఉంగరం, గొలుసు తప్పనిసరి. ఇవి కాకుండా నేనేమీ అడిగానని నాపై ఎగురుతున్నావు.'

'అవి కూడా ఎందుకు అడిగావు? అసలు వాళ్ళు ఎందుకివ్వాలి? నువ్వు చేసేది తప్పు. కట్నం తీసుకోవడం నేరం. అలా చేస్తే జైలుకు పోతావని అమ్మపై కోపపడ్డాడు.'

'కట్నం తీసుకునే వాళ్లని జైల్లో వేయాలంటే జైల్లే సరిపోవు. ఇంతకీ నీకు అమ్మాయి ఇష్టమేనా?' అని శ్రీరామ్ చెప్పేది వినకుండా మళ్ళీ అడిగింది.

'నాకు ఆ అమ్మాయే కాదు, ఏ అమ్మాయి కూడా ఇష్టంలేదు. పెళ్లి చేసుకునే ఆలోచన లేదన్నాడు.'

'పెళ్లి చేసుకోకుండా ఇలానే ఉండిపోతావా? పిచ్చి ఆలోచనలు మానుకో.'

'ఎవరు చెప్పారు? ఇలాగే ఉండిపోతానని నేను పెళ్లి చేసుకోను, సహజీవనం చేస్తాను. అది కూడా అమ్మాయితో కాదు, అబ్బాయితో.'

'ఏం మాట్లాడుతున్నావురా? పిచ్చి ఏమైనా పట్టిందా? అబ్బాయితో కలిసి ఉండటం ఏమిటి? నువ్వు ఏమైనా కొజ్జా నా కొడుకువా?'

కొజ్జాలంటే ఎందుకంత చులకన నీకు? వాళ్ళు కూడా మనుషులే! వాళ్లకూ మనసు ఉంటుంది. వాళ్ళ గురించి హేళనగా మాట్లాడకు.

అయినా నేను కొజ్జాను కాదు, "గే" ని. కొజ్జాలు వేరు "గే" వేరు. మగాళ్లు, ఆడాళ్ళు, హిజ్రాలు ఉన్నట్టే 'గే' లు కూడా ఈ

సమాజంలో ఉన్నారని మాట్లాడుతూ ఉండగానే అమ్మ కళ్ళు తిరిగి పడిపోయింది. ముఖంపై నీళ్ళు చల్లి లేపాడు.

గొంగేలు పెట్టి ఏడుస్తూ 'ఏందయ్యా! వీడు మాట్లాడేది అబ్బాయితో కలిసి ఉంటాడటా. వీడి వాలకం నాకేమి అర్థం కావడం లేదు. ఇన్ని రోజులు వీడిని మగాడు అనుకున్నా. నా కడుపున కొజ్జా పుట్టాడు. ఈ విషయం ఊళ్లో తెలిస్తే ముఖాన ఉమ్ముతారు. ఇవన్నీ చూస్తూ నేను ఉండలేను. ఇంత ఎల్ట్రిన్ పోసుకొని ఇద్దరం చనిపోదామని భర్త మంచం దగ్గర కూలపడింది.'

శ్రీరామ్ మాట్లాడినవి విని శ్రీరామ్ నాయనకు మాటలు కూడా పడిపోయినాయి. ఏదో చెప్పాలని అనుకుంటున్నాడు కాని నోట్లో నుండి మాటలు రావడం లేదు. గుండె దగ్గర చేతులు పెట్టి కళ్ళు తేలేశాడు.

ఒయ్యా! ఏమైంది నీకు? అయ్యో నన్ను ఇడిచిపోవద్దు. నువ్వు లేకుండా నేనెట్ట బతికేది? ఒరేయ్ చూడురా! మీ నాయనకు ఏమో అయ్యింది. నోట్లో నుండి మాట రావడం లేదు. కళ్ళు తేలేసినాడు.

వెంటనే ఆటో పిల్చుకొచ్చి ఆసుపత్రికి తీసుకెళ్లారు. రెండు గంటల పాటు డాక్టర్లు ఏవేవో టెస్టులు చేశారు. కాలు, చేయితో పాటు నోరు కూడా పడిపోయింది. మరో నాలుగు రోజులు మాత్రమే బతుకుతాడు. ఇంటికి తీసుకెళ్లవచ్చు అన్నారు.

శ్రీరామ్ నాయన మంచానపడి పదేళ్లు అవుతోంది. పైకి ఏడుస్తోంది కాని లోపల మాత్రం అమ్మకు పెద్దగా బాధ లేదని శ్రీరామ్ అభిప్రాయం. దానికి కారణం తాను అనుభవించిన జీవితమే.

నాయన పోతేనే అమ్మకు స్వేచ్ఛ లభిస్తుందని శ్రీరామ్ నమ్మకం. తన పనులే తాను చేసుకోలేకపోతోంది. ఇక నాయన పనులు చేయాలంటే ఎలా? శ్రీరామ్ కూడా ఏమి బాధపడలేదు. ఎవరైనా ఎప్పుడో ఒక సారి పోవాల్సిందే. అయినా కాళ్లు, చేతులు, నోరు పడిపోయి.. రోజూ అమ్మ పెట్టె చివాట్లతో విసిగిపోయాడు. ఎన్ని తప్పుడు పనులు చేయాలో అన్నీ చేశాడు. చేసిన తప్పులకు శిక్ష అనుభవిస్తున్నాడు.

చిన్నప్పుడు శ్రీరామ్ ని వాళ్ల నాయన బాగా చూసుకునేవాడు. ఒక్కడే కొడుకు కనుక గారభంగా పెంచాడు. నాన్న అంటే శ్రీరామ్ కి ప్రేమ ఉంది కాని చావు నుండి తాను తప్పించలేడు కదా! అందుకే నాయన చనిపోతాడన్నా కూడా తన మనసు చలించడం లేదు.

అయినా ఈ బంధాలన్నీ ఎంతవరకు ఉంటాయి? మనిషి చనిపోయే వరకే. ఆ తర్వాత ఎవరి జీవితం వారిది. పోయినవాళ్లతో పాటు మనం పోవాలనుకోవడం మూర్ఖత్వమే. పోయినవారి కోసం మన పనులు ఆపుకోవడం కూడా శ్రీరామ్ కి నచ్చదు. మరణం సహజం అనుకున్నాడు.

నాయనను ఇంటికి తెచ్చారు. శ్రీరామ్ కి వాళ్ల అమ్మతో మాటలు లేవు. పొద్దునే లేవడం అంగడికి వెళ్ళడం, సుబ్బయ్య హోటల్ లోనే మూడు పూటల తిని రాత్రికి ఇంటికి వెళ్లి

పడుకునేవాడు. అలా మూడు నెలలు గడిచింది. ఒకరోజు అర్ధరాత్రి అమ్మ గట్టిగా కేకలు పెట్టడం చూసి పడక గది నుండి బయటకి వచ్చాడు.

***

'దీప ఎందుకు వెళ్లిపోయింది?' మొహమ్మద్ అడిగాడు.

'తల నొప్పిగా ఉందని ఇప్పుడే వెళ్ళింది గాని ఏదైనా ఆర్డర్ చేయి ఆకలిగా ఉంది.'

'దీపని ఏమైనా అన్నావా?' పాపం ఉషారుగా వచ్చి బిక్కముఖం వేసుకొని వెళ్ళిందేమిటి?

'మనం అమెరికా వెళుతున్నామని చెప్పాను. అందుకే బాధపడుతూ వెళ్ళిపోయింది.'

'కృష్ణా మా అమ్మ అమెరికా వద్దు ఇక్కడే ఉండమంటోంది. నేను రాలేనురా' దీర్ఘాలు తీసాడు మొహమ్మద్.

'నువ్వు లేకుండా నేనెలా వెళ్ళగలను? రెండు సంవత్సరాలు ఉండి వద్దాము. కావాలంటే ఆంటీతో నేను మాట్లాడతాను.

అక్కడైతే డబ్బు కూడా ఎక్కువగా సంపాదించుకోవచ్చు. అలాగే అమెరికా కూడా చూసినట్టు ఉంటుంది. ఉన్నది ఒకటే జీవితం కదరా ఇప్పుడు కాకపోతే ఇంకెప్పుడు చూస్తాము.'

'నీకు తెలియనిది ఏముంది కృష్ణ? అమ్మకు ఆరోగ్యం బాగుండదు. నేను దూరంగా వెళ్ళిపోతే అమ్మను ఎవరు చూసుకుంటారు? మా పెద్దమ్మ ఉంది కాబట్టి నేను ఇక్కడ ఉద్యోగం చేయగలుగుతున్నాను. నెల నెలా ఇంటికి వెళ్లి అమ్మను చూసుకోవాలి. బెంగుళూరుకిరా అంటే రాదు. ఉన్న ఊరును, అక్కడి మనుషులను, ఆ వాతావరణాన్ని వదిలి ఎలా రాను? పొద్దున్నే లేసి ఇంటి బయట కూర్చొంటే అందరూ నన్ను పలకరిస్తారు. "ఊరు ఊరంతా నా కుటుంబం వాళ్లని వదిలి ఎట్టా రావాలి? ఇక్కడే పుట్టినాను ఇక్కడే పోతాను" అంటుందని నిటూర్చాడు మొహమ్మద్.'

'మన కంపెనీలో ఉన్న తౌసిఫ్ గురించి నీ అభిప్రాయం ఏమిటి?' ఆ సంభాషణను అంతటితో ముగించాలనే ఉద్దేశంతో.

'ఏ? ఎందుకలా అడుగుతున్నావు?'

'తౌసిఫ్ చాలా మంచి వ్యక్తి, చెల్లికి సరైన జోడి అనుకుంటున్నాను.'

'ఏంటి కృష్ణ! సడన్ గా ఇలా అడుగుతున్నావు?'

'ఏమి లేదు మొన్న నిద్రపోయేటప్పుడు నువ్వే చెప్పావు కదా! చెల్లి పెళ్లి చేయాలని. తౌసిఫ్ అయితే చెల్లికి మంచి జోడి అనిపించింది. వాడికి ఎలాంటి చెడు అలవాట్లు కూడా లేవు. తన పని తాను చేసుకునే రకం.'

‘అవును తౌసిఫ్ మంచివాడే కానీ వాడి అభిప్రాయం తెలుసుకోవాలి కదా! ఇప్పటికిప్పుడు పెళ్లి అంటే డబ్బుతో కూడుకున్న పని.’

డబ్బు విషయం పక్కన పెట్టు ముందు వాడితో మాట్లాడుదాము.

‘సరే నీ ఇష్టం! చెల్లికి పెళ్లి చేస్తే నాకు ఒక బాధ్యత తీరుతుంది. తౌసిఫ్ మనకు మంచి ఫ్రెండ్ కనుక నా కుటుంబ సమస్యలు అర్థం చేసుకుంటాడు. చెల్లిని కూడా బాగా చూసుకుంటాడు.’

‘సరే! బెంగళూరుకి వెళ్ళగానే మాట్లాడుదాము.’

‘ఏదో మాటల్లో చెప్పిన విషయాన్ని ఇంత సీరియస్ గా తీసుకుంటావనుకోలేదురా. నాకు చిన్నప్పటి నుండి ఎంతో మంది ఫ్రెండ్స్ ఉన్నారు కాని, నా గురించి, నా కుటుంబం గురించి ఆలోచించేవాడివి నువ్వేరా? నువ్వు నా జీవితంలోకి రావడం నా అదృష్టం.’

‘చాలు చాలులే! ఎక్కువగా మాట్లాడుతున్నావు. పదా రూముకు వెళ్దాము. నిద్ర ముంచుకొస్తోంది. ప్రయాణం చేశాము కదా! శరీరం అలసిపోయింది. పొద్దున్నే మళ్ళీ జిమ్ కి వెళ్ళాలన్నాడు.’

‘ఆ.. పద! పద! ఎప్పుడూ శరీరం గోలే’ ఇద్దరు నవ్వుకుంటూ రూమ్ కి వెళ్ళిపోయారు.

***

తెలిసిన విషయమే కనుక శ్రీరామ్ కి ఏడ్పు రాలేదు. అమ్మను ఓదార్చడానికి ప్రయత్నం చేశాడు. కొద్దిసేపటికే అమ్మ కూడా ఏడ్వడం మానేసింది. తనను తాను సమాళించుకుంది.

విషయం ఊరంతా తెలిసిపోయింది. అందరూ వచ్చి శ్రీరామ్ నాయన గురించి మంచి మాటలు మాట్లాడుతున్నారు. ఏదో చనిపోయాడని అలా అంటున్నారు కానీ, దాదాపుగా ఊళ్లో అందరితో గొడవ పెట్టుకున్నవాడే. ఊళ్లో ఆయన పేరు "డబ్బా". ఆయన గొంతు పెద్దదని అలా పెట్టారు. చిన్న చిన్న విషయాలకు కూడా గొడవలు పడేవాడు. అర్ధరాత్రి తాగి వచ్చి కేకలు వేసేవాడు. అమ్మను చితకబాదేవాడు. ఇంతమందికి చావు వస్తోంది వీడికి మాత్రం ఇంకా చావు రావడంలేదని ఎంతో మంది అనుకునేవారు. తప్పకుండా వాళ్లకు ఇది మంచి విషయమే.

'మనిషి చనిపోతే ఎవరైనా ఆనందపడతారా? ఎందుకు పడరు? నరకాసురుడిని చంపి ఆనందపడటం లేదా?'

ఏ వ్యక్తిలోనూ అన్నీ మంచి విషయాలే ఉండవు. నరకాసురుడు కూడా అంతే. శ్రీలంక, భారతదేశంలో నరకాసురుడిని పూజించేవారు కూడా ఉన్నారు. వ్యక్తి చనిపోయిన తర్వాత తన మంచి మాత్రమే ఎందుకు మాట్లాడుకోవాలి? ఏమో! తనకది ఇష్టం లేదు. చనిపోయిన తర్వాత వారు చేసిన తప్పులను కూడా మాట్లాడాలి. బతికి ఉన్నప్పుడు చెడ్డవాడిగా ఉన్నవాడు చనిపోతూనే మంచివాడు ఎలా అవుతాడు? చనిపోయినవారు దేవుడితో సమానం లాంటి మాటలంటే శ్రీరామ్ కి సరిపోవు.

చనిపోయిన వ్యక్తి స్థాయిని బట్టి శవం, పీనుగా, మృతదేహం, భౌతికకాయం లాంటివి వాడుతారు. తక్కువ ఆస్తి లేదా తక్కువ కులంవాడు చనిపోతే శవం అంటారు. అదే బ్రాహ్మణ కులానికి లేదా ఎక్కువగా ఆస్తి ఉన్నవాడు పోతే భౌతికకాయం లాంటివి వాడుతారు. బాబాలు, సన్యాసులు, పీఠాధిపతులు పోతే శివైక్యం చెందారు అంటారు. పుట్టినప్పటి నుండి చనిపోయే వరకు వర్ణ వ్యవస్థ, కుల వ్యవస్థ మనిషిని సమానంగా చూడలేదు. అందుకే ఈ సమాజాన్ని మార్చాలి. సమాజాన్ని మార్చడం అంటే వ్యక్తుల ఆలోచనా విధానాన్ని మార్చడమే.

సాయంత్రానికంతా నాయన శవాన్ని బూడ్చి పెట్టి వచ్చేశారు. నిన్నటివరకు వాళ్లతో ఉన్నవాడు మట్టిలో కలిసిపోయాడు. "ఎవరైనా మట్టిలోనే కలిసిపోవాలి లేదా, మంటల్లో కాలిపోవాలి లాంటి మాటలంటే శ్రీరామ్ కి అసహ్యం." శ్రీరామ్ ఐదు ఏళ్ళ క్రితమే తన శరీరాన్ని ఆసుపత్రికి రాసి ఇచ్చేశాడు. తన శరీరంలోని భాగాలు ఎవరికైనా ఉపయోగపడితే తీసుకోమని చెప్పాడు. కనీసం తన శరీరం ఎవరికైనా ఉపయోగపడితే అదే చాలు అనుకున్నాడు.

నాయన పోయిన మరుసటి రోజే శ్రీరామ్ వాళ్ల అమ్మ ముఖానికి పసుపు పూసి, చేతుల నిండా గాజులు పెట్టి, నుదుటిపై ఎర్రటి కుంకుమను గుడ్రంగా దిద్ది, జడలో రకరకాల పూలు పెట్టారు. అమ్మ ఏడుస్తూనే ఉంది.

ఊళ్లో ఉన్న కొందరు ఆడవాళ్ళు ఆమెను ఊరి చివరికి తీసుకెళ్లి ఏటి గట్టు కాడ బలవంతంగా గాజులు పగలగొట్టారు.

ముఖానికి ఉన్న బొట్టు చెరిపేశారు. జడలో ఉన్న పూలు పీకేశారు. నీళ్ళు పోసి తెల్లటి చీరను కట్టారు. ఇక నుండి ఆమె ముండమోపి. భర్త బతికి ఉంటే స్త్రీ ముత్తైదువు అవుతుంది. చనిపోతే ముండమోపి. ఇదేం సంస్కృతి? స్త్రీలను దద్దమ్మలను చేసి భర్తలేని స్త్రీలు ఎందుకూ పనికిరారని, ఏ పనీ చేయకూడదనీ, ఒక మూలన కూర్చోవాలనీ చెప్పే చెత్త సంస్కృతి. పాపం ఆమె ఏడుస్తుంటే శ్రీరామ్ గుండెను ఎవరో కోసేసినట్టు అనిపించింది.

వాస్తవానికి తాను పొరపడ్డాడు. నాయన పోతే అమ్మకు స్వేచ్ఛ లభిస్తుందని కనీసం నాయన పోయిన తర్వాత అయినా తన గురించి ఆలోచించుకొని సుఖంగా జీవిస్తుందనుకున్నాడు. ఈ పాడు సమాజం అలా ఎందుకు ఉండనిస్తుంది? ఆమె ఇంటి నుండి బయటకి రాడానికి లేదు. ఎవరికైనా ఎదురొస్తే ముండమోపి ముండవు ఇంట్లో ఉండచ్చు కదా అనే మాటలు, అవహేళనలతో ఆమె సతమతం అవ్వడం గమనించాడు.

ఊరు వదిలి వెళ్ళిపోవాలని అనుకున్నాడు. అనాగరికుల నడుమ ఉండటానికి శ్రీరామ్ మనసు సహించలేదు. ఎలాగైనా ఈ విషయం గురించి అమ్మతో మాట్లాడాలనుకున్నాడు.

***

రెండు రోజుల ఊటీ ప్రయాణం తర్వాత బెంగళూరుకి వచ్చేశారు కృష్ణ, మొహమ్మద్.

ఆ మరుసటి రోజే కృష్ణ.. తౌసిఫ్ దగ్గరికి వెళ్లి నీతో మాట్లాడాలి, నువ్వు భోజనానికి వెళ్ళేటప్పుడు నన్ను కూడా పిలువు.

ఇద్దరం కలిసి వెళ్దాము. తౌసిఫ్ సరే అన్నట్లు తల ఊపాడు. దీప కృష్ణను చూడటం మానేసింది. తన పనిలో తాను ఉండగా కృష్ణ దీప దగ్గరికి వెళ్ళాడు.

'హాయ్! దీప ఎలా ఉన్నావు?'

'మీరిచ్చిన షాక్ నుండి ఇంకా తేరుకోలేదు మహాప్రభు!'

'హే! ఆపు.. ఆ విషయాలు ఇక్కడ మాట్లాడకు ప్లీజ్!'

'సరే సరే అన్నట్లు తల ఊపింది. ఏంటి విషయం? ఎన్నడు లేనిది అయ్యగారు నా దగ్గరికి వచ్చారు.'

'ఏమీ లేదు! ప్రతిరోజు నాకు విష్ చేసేదానివి కదా! ఈరోజు చేయలేదని నేనే నీ దగ్గరికి వచ్చాను.'

'ఇంకేంటి చేసేది బోడి విష్, నా మనసును కోసేశావుగా.'

'అలా అనకు దీపా! నువ్వు నాకు మంచి ఫ్రెండ్ వి. నువ్వు నన్ను అర్థం చేసుకోకపోతే ఎలా?.'

వన్ నైట్ భార్యగా ఉండాలనుకుంటే నువ్వేమో ఫ్రెండ్ అంటున్నావు. కానివ్వు ఏం చేద్దాం? అయినా నీ నిర్ణయాన్ని నేను గౌరవిస్తాను.

'చెప్పోయ్! గురుడు ఎక్కడివరకు వచ్చాడు. నీ ప్రేమ సంగతి చెప్పావా?'

'లేదు లేదు దీపా! అప్పుడేనా! ఇంకా చాలా సమయం ఉందంటూ' జరిగిన విషయం మొత్తం చెప్పాడు.

'నాకు తెలిసి నీలా ప్రేమించే వాళ్లు ఎవరూ ఉండరు కృష్ణ. అమ్మాయి, అబ్బాయిల ప్రేమ కంటే నీది మహత్తరమైన ప్రేమ. ఐ మిస్ యు రా.'

'ఆపు ఇక మనిద్దరం ఫ్రెండ్స్ ఒకే నా?'

'చీర్స్!' చేతులు కలిపారు కృష్ణ, దీప.

***

'చెప్పు కృష్ణ ఏదో మాట్లాడాలన్నావు?' అయోమయంగా అడిగాడు తౌసిఫ్.

'ఏమి లేదు తౌసిఫ్, మొహమ్మద్ గాడి చెల్లి పెళ్లి గురించి నీతో మాట్లాడాలి.'

'వాడి చెల్లి పెళ్లి గురించి నాతో ఏం మాట్లాడాలి?' అన్నట్టు కృష్ణ, మొహమ్మద్ వైపు మార్చి మార్చి చూశాడు తౌసిఫ్.

'మొహమ్మద్ చెల్లిని నీకు ఇవ్వాలని అనుకున్నాము. నువ్వైతే తనకు సరైన జోడి' అన్నాడు కృష్ణ. తౌసిఫ్ కి ఏం చెప్పాలో అర్థం కాలేదు. కొద్దిసేపు మౌనంగా ఉండిపోయాడు.

'ఏమైందిరా? ఇదిగో నా చెల్లి ఫోటో మొబైల్ లో ఉంది చూడు. నీకు నచ్చితే మీ అమ్మవాళ్లకు పంపు. వాళ్లకి కూడా ఓకే

అయితే తర్వాత అన్ని విషయాలు మాట్లాడుదాము' అన్నాడు మొహమ్మద్.

'సరే మొహమ్మద్! ఫోటో నాకు వాట్సప్ చెయ్యి. ఇంట్లోవాళ్లతో మాట్లాడి ఏ విషయం చెప్తాను' అన్నాడు తౌసిఫ్.

'సరేరా! ఇప్పుడే పంపుతాను. అమ్మాయి చాలా అందంగా ఉంటుంది. నీకు చక్కని జోడి.'

'నాదేమి లేదురా అంతా ఇంట్లోవాళ్ల ఇష్టమే. వాళ్లు ఒప్పుకుంటేనే ఏదైనా!' అన్నాడు తౌసిఫ్.

'సరే ఎన్ని రోజుల్లో చెప్తావు?' అడిగాడు కృష్ణ.

'ఈ వారం ఇంటికి వెళుతున్నాను. ఇంటికి వెళ్ళిన తర్వాత ఇంట్లో వాళ్లతో మాట్లాడి వచ్చే సోమవారం లోగా చెప్తాను.'

***

'నాకు ఈ ఊళ్లో ఉండటం ఇష్టం లేదమ్మా. పొలం, ఇల్లు, అంగడి అన్ని అమ్మేసి టౌన్ కి వెళ్ళి పోదాము. టౌన్ లో కావాలంటే పెద్ద అంగడి పెట్టుకుందాము. నీకు కూడా వాతావరణం మారినట్లు ఉంటుంది. ఇదే ఇంట్లో ఉంటే నాయన గుర్తుకు వస్తుంటాడు. ఇక్కడ నీకు ఏదీ తోచదు కూడా. నేను ఒక్కడిని పొలం పని చేసుకోలేను. ఎలాగో పక్క పొలం వాళ్లు మనం ఎప్పుడెప్పుడు పొలం అమ్ముతామని ఎదురుచూస్తున్నారు.'

'ఏమోరా నీ ఇష్టం. నీకు ఎలా కావాలంటే అలా చేయి. నేను ఎక్కడుంటే ఏంది? నువ్వు పెళ్లి చేసుకుంటే నీ పిల్లలను ఆడిపించుకుంటూ నా జీవితాన్ని గడిపేస్తాను.'

నాయన చనిపోయిన బాధలో ఉంది. ముందు ఇక్కడి నుండి వెళ్ళిపోతే తర్వాత అమ్మకు తన గురించి నచ్చచెప్పవచ్చు అనుకున్నాడు. ఆరు నెలలు తిరక్కుండానే అన్నీ అమ్మేసి పులివెందులకి చేరుకున్నారు. గుంతబజార్ లో శివాలయం దగ్గరే ఇల్లు అద్దెకు తీసుకున్నారు. పులివెందుల పూలఅంగళ్ళ సర్కిల్ లో షాప్ అద్దెకు తీసుకొని సూపర్ మార్కెట్ పెట్టుకున్నాడు.

పొలం అమ్మిన డబ్బుతో పులివెందులలో ఊరి బయట శిల్పారామం దగ్గర రెండు ఎకరాలు భూమి తీసుకున్నాడు. శ్రీరామ్ పులివెందులకు వచ్చిన రెండేళ్లకు వై.ఎస్ జగన్మోహన్ రెడ్డి ఆంధ్రప్రదేశ్ కి ముఖ్యమంత్రి కావడంతో నాలుగు లక్షలకి తీసుకున్న భూమి యాభై లక్షలకి అడుగుతున్నారు. అమ్మకు విషయం చెప్తే అమ్మేసి డబ్బు బ్యాంకులో వేయమని చెప్పింది.

అమ్మ చెప్పినట్టే రెండు ఎకరాలు యాభై లక్షలకి అమ్మి బ్యాంకులో డబ్బు డిపాజిట్ చేసుకున్నాడు. అంగడి ఇంకాస్త పెద్దగా చేశాడు. గతంలో కంటే అంగడి బాగా జరుగుతోంది. ప్రతిరోజు శ్రీరామ్ వాళ్ల అమ్మ పెళ్లి ప్రస్తావన తెస్తూనే ఉంది. శ్రీరామ్ మాత్రం ఆ విషయాన్నీ దాటవేస్తూ వస్తున్నాడు.

ఒకరోజు అన్నం తింటూ ఉండగా 'ఏమిరా! పెళ్లి చేసుకునే ఆలోచన ఉందా లేదా? నీ యీడు వాళ్లు పెళ్ళిళ్ళు చేసుకొని ఇద్దరు, ముగ్గరు పిల్లలను కూడా కన్నారు. నువ్వేమ్మో ఇలానే ఉన్నావు.'

'నీకు ఎప్పుడో చెప్పాను కదా! నాకు అమ్మాయిని పెళ్లి చేసుకోవడం ఇష్టంలేదని. నేను ఒక అబ్బాయిని ప్రేమిస్తున్నాను. తను కూడా నన్ను ప్రేమిస్తున్నాడు. మేమిద్దరం కలిసి మా జీవితాన్ని గడుపుతాము. నువ్వు ఏడ్చుకుండా ఉంటే నీకు అర్థమయ్యేలాగా చెప్తాను.'

ఆమె గట్టి గట్టిగా అరుస్తూ.. నా జీవితమంతా అంతే ఎప్పుడూ సుఖపడింది లేదు. పెళ్ళికి ముందు ఇంట్లో బీదరికం వల్ల అన్ని కష్టాలే. పెళ్లి తర్వాత సుఖపడతాలే అనుకున్నాను. నా ఆశలకు నీళ్ళు పోశాడు మీ నాయన. వాడు పోయిన తర్వాత అయినా సుఖంగా ఉందామనకుంటే నీ గొడవ. నీకు ఏదో పీడ సోకింది. పదా! ఊరి చివర కాటి కాపరి అయ్య దగ్గరికి తీసుకెళ్తాను. ఆయనైతే పూజ చేసి ఏదైనా గాలి-గీలి సోకి ఉంటే వదిలిస్తాడు.

నీకు నేను చెప్పింది అర్థం కావడం లేదు. ఈ రోజుల్లో గాలి, గీలి ఎందుకు ఉంటాయి అమ్మా? ఇంకా పాతకాలం మనిషిలా ఆలోచించకు. నేను చెప్పేది అర్థం చేసుకోడానికి ప్రయత్నించమని ఎంత చెప్పినా శ్రీరామ్ మాట వినలేదు. ఆ మరుసటి రోజే జెండామాను వీధి దాటిన తర్వాత వంక గడ్డకు ఉన్న కాటికాపరి దగ్గరకు శ్రీరామ్ ని తీసుకెళ్ళింది.

ఆ కాటికాపరి దయ్యాలను, భూతాలను వదిలించే పేరుతో నాటు వైద్యాన్ని చేస్తూ ఉంటాడు. వాళ్లు వెళ్ళేటప్పటికే 23 ఏళ్ల వయసున్న ఒకామె జుట్టు పట్టుకొని, నోట్లో చెప్పు పెట్టి, నువ్వు ఎవరూ? ఎందుకు వచ్చావు? అంటూ ఆ చెంప ఈ చెంప వాయిస్తున్నాడు.

ఆమె పిచ్చిదానిలా వింత శబ్దాలు చేస్తూ నేను వెళ్ళను, ఇక్కడే ఉంటానని అరుస్తోంది. పక్కనే ఉన్న చెంబులోని నీళ్ళు తీసుకొని ఆమెపై చల్లగానే ఏడుస్తూ నన్ను వదిలిపెట్టు నన్ను హింసించకని ఏడ్చడం మొదలు పెట్టింది.

'నాకు తెలిసే లంజముండా! నిన్ను ఎలా బయటికి తీయాలో, రా.. వచ్చి.. ఈ సీసాలో కూర్చో లేదంటే నీ అంతు చూస్తా'

'లేదు నేను వచ్చేస్తానని చెప్పి స్పృహ తప్పి కింద పడిపోయింది.' వెనక్కి తిరక్కుండా తీసుకెళ్లండి. ఇదో ఈ నిమ్మకాయను మూడు రోజులు దిండుకింద పెట్టండి. ఆమెను తీసుకొని వచ్చిన వారందరూ కాటికాపరి కాళ్లకు దండాలు పెట్టి వెళ్ళిపోయారు.

ఆ వెంటనే శ్రీరామ్ గురించి తన తల్లి కాటికాపరికి చెప్పింది. శ్రీరామ్ కి పీడగాలి సోకిందనీ, నాలుగురోడ్ల కాడ ఎవరో గర్భవతికి దిష్టి తీసి వేశారనీ, అది దాటినాడనీ, అందుకే ఏదేదో మాట్లాడుతున్నాడనీ నాలుగు కాళ్ల జంతువు బలి ఇవ్వాలన్నాడు.

శ్రీరామ్ కి పట్టరానంత కోపం వస్తోంది. తల్లి మాత్రం ఆయన చెప్పినట్టు చేస్తానని తల ఊపి ఎప్పుడు రమ్మంటారో చెప్పమని అడిగింది.

నాలుగు రోజుల్లో అమావాస్య ఉంది. వంకలో ముగ్గు వేస్తాను. పూజ చేసి, ముగ్గు దాటించి, అక్కడే మేకపోతును బలిస్తే సరిపోతుంది అన్నాడు. సరేనని అక్కడి నుండి వెళ్లిపోయారు.

ఇంటికి రాగానే గొడవకు దిగాడు. 'వాడేదో బతుకుదెరువు కోసం నాలుగు మాయ మాటలు చెప్పి సంపాదించుకుంటున్నాడు. వాడి మాటలు ఎందుకు నమ్ముతున్నావు? కన్న బిడ్డను నేను చెప్పేది వినకుండా ఎవరో చెప్పింది ఎందుకు వింటున్నావని?' అమ్మపై అరిచాడు.

'నీకు తెలియదు ఊరుకో. ఆయనకు మహిమలు ఉన్నాయి. మా అమ్మ కూడా వాళ్ల నాయన కాడికి తీసుకెళ్ళేది. అదీ వారి వంశానికి దేవుడు ఇచ్చిన వరం. ఆయన కొడుకు కూడా పక్క రూములోనే ఉన్నాడు. చూశావా!? ఆయన తెలుగులో పెద్ద చదువులు చదివి గుట్ట మీద ఉన్న కాలేజికి టీచర్ గా వెళ్ళేవాడు. ఈ మధ్య పెద్దాయనకు ఆరోగ్యం సరిగా లేకపోతే ఆ ఉద్యోగం మానేసి ఇదే పని చేస్తున్నాడు. ఆ పిల్లోడి హస్తవాసి కూడా మంచిదని విన్నాను. జాతకాలు కూడా రాస్తాడట. ఈ పూజ అయిపోయిన తర్వాత నీకు ఆయనతో జాతకం కూడా రాయిస్తాను.'

అమ్మకు చెప్పడం శ్రీరామ్ వల్ల కాలేదు. అమావాస్య రోజు అర్ధరాత్రి కాటికాపరి వంకలో ముగ్గు వేసి, నిమ్మకాయలు నాలుగు వైపులా పెట్టాడు. తనకు వచ్చిన నాలుగు మంత్రాలు చదివి.. వాళ్ల ముందే మేకపోతును కోసి, దాని రక్తాన్ని శ్రీరామ్ మీద చల్లాడు. ముగ్గుపై నుండి మూడు సార్లు దాటించి వెనక్కి తిరక్కుండా ఇంటికి వెళ్ళిపోమని చెప్పాడు.

ఇంటికి వచ్చిన నెల రోజుల తర్వాత అమ్మ మళ్ళీ పెళ్లి ప్రస్తావన తెచ్చింది. శ్రీరామ్ మళ్ళీ అదే చెప్పాడు.

నీకు పిచ్చి పట్టింది. ఇక నీ జీవితాన్ని నేను మార్చలేను అంటూ వదురుకుంటూ పడక గదిలోకి వెళ్ళిపోయింది.

కొన్ని రోజుల తర్వాత బెంగళూరుకు వెళ్ళాలని, తనకు కాళ్ల నొప్పులు ఎక్కువగా ఉన్నాయని చెప్పింది. సరే అని బెంగళూరు నింహ్యాన్స్ హాస్పిటల్ కి తీసుకెళ్లాడు. కాళ్లకు చూపించుకున్న తర్వాత, ఇక్కడ మానసిక వైద్యులు బాగా చూస్తారట నువ్వు కూడా ఒకసారి చూపించుకో అనింది.

హాస్పిటల్ లో చూపించడానికే ఇక్కడికి తీసుకు వచ్చిందని అర్థమయ్యింది. సరే వైద్యులైన తనకు పిచ్చి, జబ్బు లేదని చెప్తారు కదా! అని సరే అన్నాడు.

ఇద్దరూ కలిసి డాక్టర్ గారి గదిలోకి వెళ్ళారు. ఆమె శ్రీరామ్ గురించి చెప్పింది. ఆయన గట్టిగా నవ్వి. 'అది జబ్బు కాదమ్మా! ఈ సృష్టిలో ఆడవారు, మగవారు ఉన్నట్లే వీళ్ళు కూడా ఉన్నారు. అదేమీ నేరం, తప్పు కాదు. మీ అబ్బాయిని ఇబ్బంది పెట్టకుండా అతను చెప్పినట్టు వినండి' అన్నాడు.

ఈ మధ్య ఇలాంటి తల్లిదండ్రులు తమ పిల్లలని తీసుకొచ్చి వింతగా ప్రవర్తిస్తున్నారు. ఏదో జబ్బు చేసింది నయం చేయండి అంటున్నారు. వారికి అర్థమయ్యేలా చెప్పడానికి ఎంత ప్రయత్నం చేసినా కుదరడం లేదు.

అసలు ఈ సృష్టిలో స్త్రీ, పురుషులతో పాటు లెస్బియన్స్, గేఏస్, బైసెక్సువల్స్, ట్రాన్స్ జెండర్స్ ఉన్నారనే సంగతే ఎవరికి తెలియడం లేదు. అదేమీ జబ్బు కాదు.

మనిషి తనకు నచ్చినట్టు ఉండటానికి ప్రయత్నం చేస్తాడు. అందులో భాగంగానే రకరకాల మనుషులు రకరకాలుగా ఉండాలనుకుంటారు. అందులో తప్పు లేదు. హిజ్రాలు ఆడవాళ్లలా ఉండటానికి ఇష్టపడతారు. ఆడవాళ్లుబట్టలు ధరిస్తారు. అలంకరణ చేసుకుంటారు. వారి ప్రతి కదలికలో స్త్రీతనం ఉట్టి పడుతుంటుంది. హిజ్రాలు వాళ్లను వాళ్లు అటూ ఇటూ కాని వారని అనుకోరు. వారిని వారు మహిళలుగా గుర్తించమనే కోరుకుంటారు.

హిజ్రాలు పూర్తిగా వారి వేషధారణ మార్చుకొని స్త్రీల జీవితం గడుపుతారు. అందుకే వారిని తల్లిదండ్రులు ఇంటి నుండి బహిష్కరిస్తారు. దానివల్ల వారికి చదువు ఉండదు. పని దొరకదు. పొట్టకూటి కోసం యాచన చేయడం, వేశ్యలుగా మారడం జరుగుతుంది. ఇష్టంలేని మహిళలు వేశ్య వృత్తిలో ఎలా ఉంటారో! హిజ్రాలు కూడా ఇష్టం లేకుండానే ఆ జీవితాన్ని గడుపుతూ ఉంటారు. అలాంటి జీవితం నుండి బయటపడాలని కోరుకుంటూ కుమిలిపోతూ ఉంటారు.

“గే” అలా కాదు వారు పురుష వేషంలోనే ఉంటారు కనుక ఒక వయసు వచ్చే వరకు దానిని బహిర్గతం చేయరు. చదువు ఉంటుంది. మంచి మంచి ఉద్యోగాలు కూడా చేస్తున్నవారు ఉన్నారు. సంఘంలో మంచి హోదాలో ఉన్న సెలెబ్రెటిలుగా చలామణి అవుతున్నారు.

“గే” అంటే స్త్రీలను కాకుండా పురుషులను ఇష్టపడటం. అందంగా ఉన్న స్త్రీని చూచినప్పుడు మగవాడికి ఎలాంటి ఆలోచనలు వస్తాయో! హ్యాండ్ సమ్ గా ఉన్న పురుషుడిని చూసినప్పుడు “గే”

కి అలాంటి ఆలోచనలు వస్తాయి. అయితే గేయ్స్ లో మూడు రకాల వారు ఉన్నారు. ఈ మూడు రకాలు వారి వారి కోరికలు, ఆలోచనలుపై ఆధారపడి ఉంటుంది.

టాప్ శృంగారంలో యాక్టివ్ గా ఉండి తన పార్టనర్ ని అనుభవించాలనే కోరిక కలిగి ఉంటాడు. బాటమ్ అలా కాదు. పడగగదిలో బాటమ్ స్త్రీ పాత్రను పోషిస్తాడు. నిజం చెప్పాలంటే స్త్రీ కంటే ఎక్కువ శారీరక హింసను అనుభవించేది బాటమ్. టాప్ ప్రవర్తన ఎక్కువగా బాటమ్ తన బానిస అనేలా ప్రవర్తిస్తాడు. అందరూ అలా ఉండకపోయినా ఎక్కువగా అదే జరుగుతోంది.

గేయ్స్ అనగానే కేవలం శృంగారం కోసమే ఉన్నారనేలా సమాజం అనుకుంటూ వస్తోంది. లేదా విస్తృతమైన ఆలోచనల ప్రభావమే ఇలా చేస్తూ ఉంటారనే అభిప్రాయం ఉన్నది. స్త్రీ, పురుషులలాగే వీరిలో కూడా అధిక శృంగారం కోరుకునేవారు ఉంటారు. ఎక్కువ మందిని కలవాలనే ఆలోచన ఉన్నవారూ ఉంటారు. అది వారి వారి ఇష్టాలపై ఆధారపడి ఉంటుంది.

అయితే చదువుకున్నవారు సేఫ్టీగా ఉంటే చదువులేని వారు సేఫ్టీగా ఉండటం లేదు. ఇదే మనం స్త్రీ, పురుషులలో కూడా గమనించవచ్చు. గేయ్స్ కూడా ఒక్కరినే ఇష్టపడి పెళ్లి చేసుకొని సంసారాలు చేసున్నవారు కూడా ఉన్నారు. కావున వ్యక్తి తప్పును కమ్యూనిటీ తప్పుగా సమాజం చిత్రించకూడదు.

బైసెక్సువల్ అంటే స్త్రీ పురుషులను ఇష్టపడేవాడు. స్త్రీలు శృంగారంలో తమకు కావాల్సింది ఇవ్వకపోతేనో, తమకు అనుగుణంగా నడుచుకోకపోతేనో, విస్తృత శృంగార కోరికలు ఉంటేనో

ఆ విధంగా మారిపోతూ ఉంటారు. అంటే స్త్రీ పడక గదిలో ఏవైతే చేయాదో అది బాటమ్ చేస్తాడని ఆశించి బైసెక్సువల్ గా మారడం జరుగుతుంది.

అలాగే జెండర్ తో సంబంధం లేకుండా అందరిని ప్రేమించేవారితో గడపాలనుకుంటారు. లెస్బియన్స్ అంటే ఇద్దరు మహిళలు కలిసి ఉండాలనుకోవడం. అది ప్రేమ వల్ల కావచ్చు, ఈ పురుష సమాజం యొక్క ఆధిపత్యం వల్ల కావచ్చు, సహజంగా పురుషుల కంటే స్త్రీల దగ్గరే తాము భద్రంగా ఉంటామనే ఆలోచన కావచ్చు. అయితే LGBT కమ్యూనిటీ వారు వింత మనుషులని, సమాజాన్ని నాశనం చేసేవారని జరుగుతున్నా ప్రచారం శుద్ధ తప్పు. ఇది నేడు మాత్రమే కాదు వేల సంవత్సరాల నుండి ఉన్నదే. నేడు పెరిగి పెద్దైంది.

'సార్ పేషెంట్ వెయిట్ చేస్తున్నారు. పంపమంటారా?' అనే అరుపు వినపడగానే డాక్టర్ గారు తన ఆలోచనల నుండి బయటపడ్డారు.

'ఇంటికి రాగానే వాడు మంచి డాక్టర్ కాదు. వైద్యం చేయడం రాక ఏదేదో మాట్లాడినాడు. హైదరాబాదులో మంచి ఆసుపత్రులు ఉంటాయి. వచ్చేవారం అక్కడికి వెళ్దాము.'

'నీకు ఒకసారి చెపితే అర్థం కాదా? నాకు పీడ, గాలి, పిచ్చి ఏమీ లేవు. నువ్వు పది నిముషాలు నా మాట వింటే నీకు అర్థమయ్యేలా చెప్తానని కేకలు వేశాడు.'

'అమ్మ మౌనంగా ఉండిపోయింది.'

‘ఈ సమాజంలో పురుషులు, స్త్రీలు ఉన్నట్టే హిజ్రాలు కూడా ఉన్నారు. అది నీకు తెలుసు కదా!?’

‘అవును తెలుసు! వాళ్లు దీవిస్తే అంత మంచి జరుగుతుందని కూడా తెలుసు.’

‘హిజ్రాలతో పాటు “గే”, లెస్బియన్ అని కూడా ఉన్నారు. “గే” అంటే మగవాళ్లు మగవాళ్లను ఇష్టపడతారు. లేస్బియన్ అంటే ఆడవాళ్ళు ఆడవాళ్లను ఇష్టపడతారు. నేను “గే” ని. నాకు మగవాళ్లతో ఉండాలంటే ఇష్టం. ఇదేమి తప్పు కాదు. ఇలాంటివి మన భారతదేశంలో ఎన్నో జరిగాయి. అమెరికా లాంటి దేశాల్లో ఇవన్నీ సర్వసాధారణం. నేను మగాడిని అయినంత మాత్రాన స్త్రీతోనే కలిసి ఉండాలని ఎక్కడా రాసిపెట్టి లేదు. నా ఇష్టాలను కాదనకు, నన్ను అర్థం చేసుకో, నేను ప్రేమించిన అబ్బాయి చాలా మంచోడు. తను నన్ను చాలా బాగా చూసుకుంటాడు.’ చాలాసేపటి నుండి శ్రీరామ్ మాట్లాడుతున్నా కానీ ఆమె మాత్రం నోరు మెదపలేదు.

‘చెప్పు అమ్మా! అంటూ కదిలించాడు. ఆమె ముఖంలోకి చూడగానే కళ్ల నిండా సముద్రాలు ఉన్నట్టు అనిపించింది శ్రీరామ్ కి.’

‘అమ్మ ఒళ్లో కుప్పకూలిపోయాడు’

‘ఆమె శ్రీరామ్ తల నిమురుతూ, మరీ మరీ పిల్లలు ఎలా?’

“శ్రీరామ్ మనసు బద్దలైంది. అమ్మ, శ్రీరామ్ తూర్పు పగిలే వరకు ఏడ్చారు.”

***

తన కుటుంబం పెళ్ళికి అంగీకరించిందని కృష్ణ, మొహమ్మద్ లకి తెలిపాడు తౌసిఫ్. వీలు చూసుకొని ఒకసారి అమ్మాయిని చూసుకోడానికి అమ్మ వాళ్లు ఇంటికి వస్తారని కూడా చెప్పాడు.

చెల్లికి మంచి సంబంధం కుదిరిందని మొహమ్మద్ ఆనందపడ్డాడు. కానీ ఇప్పటికిప్పుడు పెళ్లి అంటే లక్షలతో కూడుకున్న పని ఎలా చేయాలో? అర్థంకాక లోలోపలే మదనపడటం కృష్ణ గమనించాడు.

'ఒరేయ్ మొహమ్మద్! నువ్వు వెంటనే ఆంటికీ ఫోన్ చేసి విషయం చెప్పు. తౌసిఫ్ ఫొటోలు కూడా పంపించు. ఇంట్లో అందరికి ఇష్టమైతే మిగతా విషయాలు మాట్లాడుతాము.'

'కృష్ణ చెప్పినట్టే ఇంటికి ఫోన్ చేసి విషయం చెప్పాడు.'

'చెల్లి పెళ్ళికి డబ్బు ఎలా చేయాలనే కదా! నీ ఆలోచన. నువ్వేం టెన్షన్ పడకు. నేనున్నాను కదా!'

'అది కాదు కృష్ణ, చెల్లి పెళ్లి కోసం బంగారు అయితే తీసి పెట్టాము కానీ పెళ్లి ఖర్చులకి కనీసం ఐదు లక్షలు కావాలి. అంత డబ్బు కావాలంటే ఊళ్లో ఉన్న స్థలం అమ్మాలి. ఇప్పటికిప్పుడు ఆ స్థలం ఎవరు కొంటారు చెప్పు? అది నాన్న సంపాదించి కొన్న స్థలం. దాన్ని అమ్మాలంటే ఎలాగో ఉంది. పర్సనల్ లోన్ కి దరకాస్తు చేస్తే మూడు లక్షల వరకు వచ్చే అవకాశం ఉంది. ఇక మిగిలిన రెండు లక్షలు ఎలా చేయాలో అర్థం కావడం లేదు.'

'లోన్ వద్దు ఏమి వద్దు, నా దగ్గర డబ్బు ఉంది. నీకు తెలుసు కదా! నేను ఇల్లు కొనడానికి డబ్బు సేవ్ చేస్తున్నానని. ఆ డబ్బు ఇస్తాను. ముందు చెల్లి పెళ్లి చేయి. మిగిలిన విషయాలు తర్వాత మాట్లాడుదాము.'

'వద్దురా, నువ్వు రెండేళ్ల నుండి కష్టపడి ఇంటి కోసం డబ్బును సేవ్ చేస్తున్నావు. ఆ డబ్బు నేను ఎలా తీసుకోవాలి?.'

'నేను అమెరికా వెళ్లాలనుకుంటున్నాని. అక్కడికి వెళ్తే కనీసం మూడేళ్ల పాటు రాను. ఇప్పుడు ఎలాగో ఇల్లు ఉంది. అది కాకుండా మా అమ్మ కోసం ఇంకాస్త పెద్ద ఇల్లు కట్టాలి అనుకున్నానంతే. ఇంటి కన్నా పెళ్లి ముఖ్యం కదా! నువ్వేమి ఆలోచించకు నేను చెప్పినట్టు విను.'

'ఎందుకు కృష్ణ? నేనంటే అంతిష్టం' ఏడ్పు మొఖంతో అడిగాడు.

'ఎందుకంటే, నువ్వు నా కుటుంబం కనుక.'

'మొహమ్మద్ వెంటనే కృష్ణను గట్టిగా కౌగలించుకున్నాడు.'

మొహమ్మద్ కి వాళ్లమ్మ ఫోన్ చేసి తనకూ, చెల్లికీ సంబంధం ఇష్టమేనని చెప్పింది.

పెళ్లి జరిగిన వెంటనే అమెరికాకు వెళ్ళడానికి ఏర్పాట్లన్నీ చేసుకున్నాడు కృష్ణ. 'నువ్వు లేకుండా వెళ్ళాలంటే ఎలాగో ఉంది. నాతో పాటు రావచ్చు కదరా?' అని మొహమ్మద్ ని ఆఖరిసారిగా అడిగాడు.

'లేదు కృష్ణా, అమ్మను వదిలి రాలేను. చెల్లికి పెళ్లి అయ్యింది. రేపో మాపో ప్రెగ్నెంట్ అవుతుంది. చెల్లి ఇంటికి వస్తే ఆ పనులన్నీ నేనే చూడాలి. నేను ఇక్కడ లేకపోతే అమ్మ ఇబ్బంది పడుతుంది. నీ కోసం ఇక్కడ ఎదురుచూస్తూ ఉంటాను. మూడేళ్లు ఎన్ని రోజులు వస్తాయి చెప్పు. నువ్వు వచ్చిన వెంటనే డబ్బు ఇస్తాను.'

'డబ్బు ఎవరు అడిగారురా, దాని గురించి ఆలోచించకు. పది రోజుల తర్వాత టికెట్ బుక్ చేసుకున్నాను. ఎల్లుండి ఇంటికి వెళ్తున్న. ఇంట్లో మూడు రోజులు ఉండి వస్తాను. కనీసం నాతో పాటు ఇంటికి రావచ్చు కదా!'

'ఆఫీస్ ఉంది కదరా! నువెళ్లిరా! వచ్చిన తర్వాత పార్టీ చేసుకుందాం.'

***

దేశంలో అనాథలు ఎంతో మంది ఉన్నారు. ఇద్దరిని దత్తత తీసుకుంటాను. మనకు పుట్టినవాళ్లను పెంచడం కాదమ్మా! అనాథలను దత్తత తీసుకొని వారి జీవితాలకు ఒక వెలుగు ఇస్తే అంత కంటే ఆనందం ఏముంటుంది చెప్పు?'

ఎన్నెన్ని కలలు కన్నాను. నీకు పుట్టబోయే పిల్లలను పెంచాలనుకున్నాను, వారితో ఆడుకోవాలనుకున్నాను. ఆయన పోయినా తర్వాత నా జీవితాన్ని నీ పిల్లలతో గడపాలనుకున్నాను. నా జీవితంలో చిన్నప్పటి నుండి నేను అనుకున్నది ఏదీ జరగలేదు.

ఎందుకో! నేను ఏది కోరుకున్న జరగదు. అందరి పిల్లలు లాగే నువ్వు పెళ్లి చేసుకొని పిల్లలు కంటావానుకున్నాను.

నీ పెళ్లి అంగరంగ వైభవంగా చేయాలనుకున్నాను. నా ఆశలన్ని అడి ఆశలు అయ్యాయి. పర్వాలేదులే! నువ్వేమి తాగుబోతువు, తిరుగుబోతువు, మోసగాడివి కాదు కదా! నీకు ఇష్టమున్నట్లు ఉండాలనుకుంటున్నావు. పిల్లల ఆనందం కంటే తల్లిదండ్రులకు మరేం కావాలి? నువ్వు నన్ను కాదని బయటకి వెళ్లి నన్ను అనాథను చేయడం లేదు కదా! ఉన్నంతలో నన్ను అపురూపంగా చూసుకుంటూన్నావు. నాకు నువ్వు ఎలా ఉన్నా? పర్వాలేదు.

నీ విషయంలో నేను కోరుకున్నది జరగకపోయినా నేను బాధపడను కాని నువ్వు పెళ్లి చేసుకోలేదని, వేరే మగవాడితో ఉన్నావని మన బంధువులకు, సమాజానికి తెలిస్తే నిన్ను అనరానిమాటలు అంటారు. అది నేను తట్టుకోలేను. అదే నా బాధ. నా ముందే నా బిడ్డను అనరాని మాటలంటే నేను తట్టుకోలేను. అందుకే నాది ఒక షరతు. నువ్వు “గే” అనే విషయం ఎవరికి తెలియకూడదు.

అమ్మను ఇబ్బంది పెట్టడం ఇష్టం లేక ‘సరే అన్నాడు’.

‘అది సరే కానీ ఈ విషయం నువ్వు ప్రేమించే అబ్బాయి వాళ్ల కుటుంబానికి తెలుసా?’

‘తనకు అమ్మ లేదు, నాన్న మాత్రమే ఉన్నారు. తాను ‘గే’ అనే విషయం వాళ్ల నాన్నకు కూడా తెలుసు.

వాళ్ల నాన్న గారు బెంగళూరులో టీచర్ గా పని చేసి రిటైర్ అయ్యారు. ప్రస్తుతం బెంగళూరులోని ఒక ట్రస్ట్ లో పిల్లలకు చదువు చెప్తూ.. శేష జీవితాన్ని గడుపుతున్నారు. తానేమో సాఫ్ట్‌వేర్ ఇంజనీర్ గా పని చేస్తున్నాడు. అప్పుడప్పుడు వాళ్ల నాన్న గారి దగ్గరికి వెళ్లి వస్తూ ఉంటాడు.'

'అవునా! సరే ఒకసారి కోడలికి కాల్ చేయి.'

'కోడలు కాదు, పార్టనర్ అనాలి.'

'అదేందో నాకు తెలియదు. నా భాష నాది. ఫోన్ చేయి నేను మాట్లాడాలి.'

సాయి కి ఫోన్ చేసి 'అమ్మ నీతో మాట్లాడాలంటోందని' చెప్పాడు. సాయి భయపడుతూనే ఫోన్ లో మాట్లాడాడు. సుమారు గంటపాటు అమ్మ సాయితో ఎన్నో విషయాలు మాట్లాడింది. బెంగుళూరులో పని మానేసి ఇంటికి వచ్చేయమని, ఇక్కడ వ్యాపారాలు ఉన్నాయని, వాటిని చూసుకుంటే సరిపోతుందని వెంటనే ఇంటికి వచ్చేయమని చెప్పింది.

'రెండు రోజుల తర్వాత సాయిని పిలుచుకొని రావడానికి బెంగళూరు వెళ్ళాడు. వాళ్ల నాన్న గారికి ఫోన్ చేసి విషయం చెప్పాడు. ఇద్దరూ కలిసి నా దగ్గరకు రండి మీతో మాట్లాడాలి అన్నారు.' ఇద్దరూ కలిసి సాయి వాళ్ల నాన్న దగ్గర ఆశీర్వాదం తీసుకున్నారు. వారి ఆరోగ్య వివరాలు తెలుసుకొని మాతో పాటు వచ్చేయమని అడిగారు.

ఇప్పుడు కుదరదు. నాకిక్కడ ప్రశాంతంగా ఉంటుంది. నా చివరిక్షణం వరకు పిల్లలకి పాఠాలు చెప్తూనే ఉండాలి. నేను రిటైర్ అయ్యి రెండేళ్లు అవుతోంది. అప్పటి నుండి ఇక్కడే ఉంటున్నాను. ఈ ట్రస్ట్ వాళ్లు నన్ను బాగా చూసుకుంటున్నారు. పొద్దున్న లేచినప్పటి నుండి పిల్లలతో గడపడం కంటే ఇంకేం కావాలి. ఎలాంటి కల్మషం లేని పిల్లలతో ఉండే అవకాశం నాకు కలిగినందుకు ఆనందంగా ఉన్నాను.

నా విషయం పక్కన పెట్టండని చెప్పి ఇద్దరినీ పక్కనే కూర్చోబెట్టుకొని "చూడు బాబు! నా కొడుకు నీ అంతా చలాకీ కాదు, ఒట్టి అమాయకుడు. నా బాధంతా వాడి జీవితం ఎలా ఉంటుందో అని! వాడు 'గే' అని తెలిసినప్పుడు ఇంత చదువుకున్నవాడిని అయ్యి ఉండి కూడా చాలా బాధపెట్టాను. కొట్టాను, తిట్టాను, నాకెందుకు ఇలాంటివాడు పుట్టాడని కుమిలిపోయాను. కాని ఆ తర్వాత నేనే నెమ్మదిగా నా కొడుకు కోరికలను, ఆలోచనలను అర్థం చేసుకోడానికి ప్రయత్నం చేశాను."

"వాడేమి ఉగ్రవాది, దేశద్రోహి కాదు వాడి ఇష్టాలకు తగినట్లు తన జీవితాన్ని గడపాలనుకుంటున్నాడు. అందులో తప్పేమీ ఉందనుకున్నాను. అయినా తను చిన్న పిల్లవాడు కాదు కదా! తన ఇష్టాలు ఏంటో? తనకు తెలుసు. తను చదువుకున్నవాడు తన జీవితంలో ఏది ఉండాలో, ఏది ఉండకూడదో నిర్ణయించుకునే హక్కు తనకు ఉన్నది. ఆ తర్వాత తనను ఎక్కువగా అర్థం చేసుకోడానికి ప్రయత్నం చేశాను. తన ఒంటరితనంతో బాధపడకూడదనుకున్నాను. తాను "గే" అని చెప్పి వదిలేస్తే చెడిపోయే ప్రమాదం ఉన్నది.

నేను వాడి చేతిని వదిలిపెట్టలేదు. అందుకే నా బిడ్డ ఈరోజు మంచి విద్యావంతుడయ్యాడు. మంచి కంపెనీలో ఉద్యోగం చేస్తున్నాడు. ఆరోజు ఆవేశంలో నేను నా బిడ్డను దూరం చేసుకొని ఉంటే వాడి జీవితం నాశనం అయ్యేది. నా బంధువులు, చుట్టుపక్కల వారు నన్ను హేళన చేశారు. కొందరికి అది తప్పు కాదని చెప్పాను. అర్థం చేసుకోలేని మూర్ఖులను వదిలేశాను. నా బిడ్డ "గే" అని తెలిసిన తర్వాత నేను పని చేసే చోట కూడా నన్ను హీనంగా చూశారు."

"గే" నాన్న కూడా "గే" అవుతాడని ప్రచారం చేశారు. దేనికి చలించలేదు. నా బిడ్డ "గే" అని నాకు తెలియగానే నేనే దాన్ని అర్థం చేసుకోడానికి సమయం పట్టింది. అలాంటిది ఈ సమాజం అంత తొందరగా ఎలా ఒప్పుకుంటుందని? సర్ది చెప్పుకున్నాను. ఆరోజు నన్ను ఎవరైతే హేళన చేశారో వాళ్ల బిడ్డలే పనీ పాట లేకుండా తిరుగుతున్నారు. దానికి కారణం వాళ్ల బిడ్డలకు వాళ్లు అర్థం చేసుకోకపోవడమే. నేను ఆ తప్పు చేయనందుకు ఈరోజు గర్వంగా ఫీల్ అవుతాను.

ఏది ఏమైనా పిల్లల 'సెక్సువల్ ఓరియెంటేషన్' ను బట్టి తల్లిదండ్రుల ప్రేమ ఉండకూడదు. మీ అమ్మ గారు కూడా నిన్ను నిన్నులా అంగీకరించడం మంచి విషయం. బిడ్డ "గే" కావడం నేరం కాదనే విషయం అటు తల్లిదండ్రులు, ఇటు సమాజం కూడా తెలుసుకోవాల్సిన అవసరం ఉన్నది. మీరు ఆ పని కూడా తప్పకుండా చేయాలి. ఇద్దరూ కలకాలం లక్షణంగా ఉండండి అన్నారు.

ఆ మాటలు విన్న తర్వాత శ్రీరామ్ తనకు తెలియకుండానే ఏడ్చేశాడు. ఇద్దరూ ఆయనను కౌగలించుకున్నారు.

ఇంట్లో ఉన్నప్పుడు సాయిని ని శ్రీరామ్ వాళ్ల అమ్మ కోడలు పిల్ల అనే పిలుచుకుంటుంది. సాయి కూడా శ్రీరామ్ వాళ్ల అమ్మ మానసిక స్థితిని బాగా అర్థం చేసుకున్నాడు. ఆమెకు సహకరించాడు. మూడు నెలలకే శ్రీరామ్ వాళ్ల అమ్మ, సాయి బాగా క్లోజ్ అయ్యారు. ఒకప్పుడు అమ్మని మార్చగలనా! అనుకున్నాడు శ్రీరామ్. ఆ రోజు కోసం ఎన్నో సంవత్సరాల నుండి ఎదురుచూసాడు కూడా. ఆ కల నెరవేరినందుకు ఆనందపడ్డాడు.

అందరికీ శ్రీరామ్ లాంటి పరిస్థితే ఉండదు కదా! ఎంతోమంది మానసిక క్షోభను అనుభవిస్తున్నారో! నేను "గే" అని కుటుంబంలో చెప్పుకున్నట్లే బహిరంగంగా కూడా చెప్పుకునే రోజులు రావాలని అనుకున్నాడు. అలాగే మా లాంటి వారి జీవితాలను మార్చాలి, మేము ఇన్ని సంవత్సరాలు ఒంటరితనాన్ని అనుభవించాము. మా లాంటివాళ్లు ఎందరో ఉన్నారు. వారి జీవితాలను కూడా మార్చాలని మనసులో సంకల్పించుకున్నాడు.

శ్రీరామ్ జీవితం సాయితో ఆనందంగా సాగుతోంది. అమ్మకు చెప్పిన ప్రకారం ఇద్దరు అనాథలను తెచ్చుకున్నాడు శ్రీరామ్. పిల్లలతో ఆమెకు బాగా కాలక్షేపం అవుతోంది.

శ్రీరామ్, సాయి క్లోజ్ గా ఉండటం పులివెందులలో చాలా మంది గమనించారు. వీళ్లు తేడా నా కొడుకులురా అని చాలా మంది అనుకుంటున్నారనే విషయం శ్రీరామ్ వాళ్ల అమ్మ వరకు వచ్చింది. అయినా ఆ విషయం శ్రీరామ్ తో చెప్పలేదు.

ఊళ్లో సాయి గురించి, తన గురించి ఏవేవో మాట్లాడుకుంటున్నారు కదా! నీకు బాధగా ఉందా? అని ఒకరోజు అమ్మని అడిగాడు.

'వాళ్ళ ముఖాలు!' నువ్వూ బాగుంటే ఒర్చలేని వాళ్ళే అలా ఏదేదో వాగుతుంటారు. అవేమి నువ్వు పట్టించుకోకు. నువ్వూ, కోడలు, పిల్లలు ఆనందంగా ఉన్నారు. ఇంతకంటే ఏ తల్లికైనా ఏం కావాలి? నా బిడ్డ తప్పుడు మనిషి కాదు. తల్లిని ఎలా చూసుకోవాలో తెలుసు. కేవలం కుటుంబం గురించి కాకుండా సమాజం గురించి కూడా ఆలోచించే బిడ్డను కన్నాను అనింది.

'నిజంగా చెప్పు, నీకేమి బాధ లేదా?' మళ్ళీ అడిగాడు.

'నువ్వు పిచ్చి పిచ్చి ఆలోచనలు చేయద్దు. ఈ ముసలితనంలో నాకు కావాల్సింది నా కొడుకు ఆనందంగా ఉండటం. ఎవరో ఏదో మాట్లాడుతున్నారని. వాటిని పట్టించుకోవడం కాదు. ఈ సమాజం ఒకరు బాగుపడుతున్నారంటే సహించదు. మీరు అన్యోన్యంగా ఉన్నారని ఓర్వలేకపోతున్నారు.'

'నీకో విషయం చెప్పనా! నేనూ, మీ నాయన కూడా ఇంత అన్యోన్యంగా లేము. ఎప్పుడూ ఏదో ఒక గొడవ. నిన్నూ, కోడలిని చూసిన తర్వాతే నాకు అర్థమయ్యింది. ప్రేమకు స్త్రీ, పురుషుడు అవసరం లేదని, అసలు ప్రేమకు ఆడ, మగ అనేవి ఉండవు. ఎవరు ఎవరినైనా ప్రేమించవచ్చు. మీరిద్దరు నిండు నూరేళ్లు కలిసి ఆనందంగా సుఖశాంతులతో ఉండాలి. అదే నా కోరిక.' అని కన్నీళ్లు పెట్టుకుంది.

'సరే కానీ కోడలు తల నొప్పి అనింది. వెళ్లి చూసి వస్తానని చెప్పి అక్కడి నుండి వెళ్ళిపోయింది.'

శ్రీరామ్ కి చాలా ఆశ్చర్యం వేసింది. అమ్మలో ఇంత మార్పు వస్తుందని అనుకోలేదు. అమ్మలో నిజంగా మార్పు వచ్చిందో లేదో శ్రీరామ్ కి తెలియదు కానీ, అమ్మలాగా అందరూ హిజ్రాలను, 'గే' లను వారి కుటుంబాలు అంగీకరిస్తే "గే" కమ్యూనిటీ బాధలు తొంబై శాతం తీరినట్లే. ఎలాగైతే ఏమిటి గతంలో కంటే ఇప్పుడు అమ్మ ఆనందంగా ఉంది. సాయి కూడా తనకు బాగా నచ్చాడు.

సంవత్సరం గడిచేలోపే పులివెందులలో అందరికీ శ్రీరామ్ గురించి తెలిసిపోయింది. తన వెనుక గుసగుసలాడేవారు ఇప్పుడు తన ముందే నన్ను గే, కొజ్జా, .5, పాయింటు గాడు, తేడా గాడు లాంటి పేర్లతో పిలుస్తున్నారు. సూపర్ మార్కెట్ కి వచ్చే వాళ్ళ సంఖ్యా బాగా తగ్గిపోయింది. దానికి కారణం తాను "గే" కావడమే. తనకైతే ఏం అర్థం కాలేదు. తాను "గే" అయితే వాళ్లకు వచ్చే సమస్య ఏంటి? తానేమీ కుష్టు వ్యాధిగ్రస్తుడు కాదు కదా! సమాజం దూరం చేయడమే హిజ్రాల బాధలకు, కష్టాలకు, వివక్షకి ప్రధాన కారణం.

అయినా ఈ సమాజానికి "గే" కి, హిజ్రాలకు తేడా తెలియడం లేదు. హిజ్రాలు తమ ఉనికి కోసం పోరాడుతున్నారు. "గే" లు కూడా తమ ఉనికి కోసం పోరాడాల్సిన సమయం వచ్చింది. హిజ్రాలు వేరు, "గే" వేరు అనే విషయం సమాజానికి తెలియాలి.

ఈ సూపర్ మార్కెట్ వద్దు ఏమీ వద్దనుకున్నాడు. రెండు రోజుల తర్వాత శ్రీరామ్ ఆలోచించిన విషయాన్ని సాయికి చెప్పాడు.

శ్రీరామ్ చెప్పింది మొత్తం విని 'నీ ఇష్టమే నా ఇష్టం. అయినా నువ్వు మన ఇద్దరి గురించే కాకుండా మన కమ్యూనిటీ గురించి ఆలోచిస్తున్నావు. నీ లాంటి మంచి మనిషితో జీవితాన్ని గడుపుతున్నందుకు ఆనందంగా ఉంది.' ఇద్దరూ కలిసి వారి నిర్ణయాన్ని శ్రీరామ్ అమ్మకి చెప్పారు.

'నీ గురించి నేను ఎప్పుడూ ఇలా అనుకోలేదు. అయినా జరిగిపోయింది. నా చివరి దశలో నేను కోరుకునేది ఒక్కటే. నువ్వు ఆనందంగా ఉండటం. సమాజాన్ని మార్చాలనే నీ సంకల్పం తప్పకుండా నెరవేరుతుంది. మీరు ఎక్కడుంటే నేను అక్కడే. పిల్లల గురించి మీరేమి గాబరా పడకండి. వాళ్లని చూసుకునే బాధ్యత నాది.'

"సమాజాన్ని మార్చే దిశగా శ్రీరామ్, సాయి అడుగులు ముందుకు పడ్డాయి."

***

'లగేజ్ అంత సర్దుకున్నావు కదా! నీకు ఇష్టమైన టమోటా ఊరగాయ, పచ్చళ్ళు, స్వీట్స్ అన్ని ఈ అట్ట పెట్టెలో ప్యాక్ చేశాను. అక్కడికి వెళ్ళిన తర్వాత ఏమైనా కావాలంటే నాకు మెసేజ్ పెట్టు. నేను ట్రాన్స్‌పోర్ట్ లో పంపుతాను.'

'సరే కాని ఇదే రూమ్ లో ఉంటావా? వేరే రూమ్ మారుతావా? ఇంత పెద్ద అపార్ట్ మెంట్ అవసరం లేదు కదా! అనవసరంగా అద్దె వేస్ట్. అదే సింగల్ బెడ్ రూమ్ తీసుకుంటే సరిపోతుంది కదా!.'

'Nobroker.comలో సింగల్ బెడ్ రూమ్స్ కోసం వెతుకుతున్నాను. వచ్చే నెలలో ఏదో ఒక మంచి ఇల్లు చూసుకొని షిఫ్ట్ అవుతానులే. నా గురించి ఆలోచించకు. నువ్వు అక్కడ జాగ్రత్తగా ఉండు. ఎవరితో ఎక్కువగా మాట్లాడకు. అసలే అక్కడ గన్ కల్చర్ ఎక్కువ. దేశం కాని దేశం వెళ్తున్నావు. నాకైతే అసలు ఇష్టం లేదు. వద్దంటే వెళ్తున్నావు. అది నీ కల కనుక నేనేమి అనలేకపోతున్నా. అమెరికా నుండి వచ్చిన వెంటనే పెళ్లి కూతురిని సిద్ధం చేస్తాలే.'

'ఆపురా మొహమ్మద్, నువ్వు.. నీ పరాచకాలు. నాకు పెళ్ళంటే ఇష్టంలేదని నీకు తెలుసుగా.'

'హాయ్ కృష్ణ అంత సిద్ధమేనా? నువ్వు వెళ్తుంటే ఎలాగో ఉంది. అప్పుడప్పుడు కాల్ చేస్తూ ఉండు. నన్ను మర్చిపోకే అంటూ దీప ఇంట్లోకి వచ్చింది.'

'ఏలా మర్చిపోతాను దీపా! నాకూ వెళ్ళడం కష్టంగానే ఉంది. కాని ఏం చేయను జీవితంలో అన్నీ మనకు దక్కవు. కొన్ని కావాలంటే కొన్నింటిని వదులుకోవాలి. కొన్ని సందర్భాల్లో మనకు ఇష్టమైనవారిని కూడా వదులుకోవాల్సిందే.'

'సరే పదా! క్యాబ్ వాడు వచ్చాడు. దీప.. మీరిద్దరు బయలుదేరండి. నేను డోర్ లాక్ చేసి వస్తాను.'

'బాధపడకు కృష్ణా! తప్పకుండా నీ ప్రేమ సక్సెస్ అవుతుంది. కాకపోతే మొహమ్మద్ స్ట్రెయిట్ అయితే కుదరదు కదా! తనకంటూ ఒక జీవితం ఉంది. అది నువ్వు అర్థం చేసుకోవాలి.

జీవితంలో అన్నీ అందరికి దొరకవు. దానికి మంచి ఉదాహరణ నేనే. నువ్వు కావాలని ఆశపడ్డాను. అది కుదరలేదు.'

'నాకు తెలుసు దీపా! ఇక్కడే ఉంటే తనను ఇబ్బంది పెడతానని భయంతోనే వెళ్లి పోతున్నాను. నిజానికి తనను కూడా అమెరికాకు తీసుకెళ్లి విషయం చెప్పాలనుకున్నా తర్వాత ఆలోచిస్తే తను "గే" కాదు, తనకంటూ కొన్ని కలలు ఉంటాయి. వాటిని నాశనం చేయడం నాకు ఇష్టం లేదు. అందుకే ఈ అమెరికా ప్రయాణం' కన్నీరు తుడుచుకున్నాడు కృష్ణ.

'ఏరా? ఏంటో రహస్యాలు మాట్లాడుకుంటున్నారు? నాకూ చెప్పండి' కృష్ణ భుజాల మీద చేతులు వేశాడు మొహమ్మద్.

'ఏముంది? మీ ఫ్రెండ్ కి జాగ్రత్తలు చెప్తున్నాను. ముందే సెక్సీ బాడి కదా! అమెరికా అమ్మాయిలు ఐస్ క్రీం లాగా జుర్రుకుంటారు.' కళ్ళు ఎగరేస్తూ చెప్పింది దీప.

'అంత లేదు దీప, కృష్ణ ఆ విషయంలో బంగారు. ఆడపిల్లలను కన్నెత్తి కూడా చూడడు.'

'కృష్ణ మనసంతా నువ్వున్నావు మొహమ్మద్. నీకే అర్థం కావడం లేదు.'

'అవును దీప, వాడికి నేనంటే పిచ్చి ప్రేమ! వీడు కనుక స్త్రీ అయ్యుంటే నేనే పెళ్లి చేసుకునేవాడిని.'

'పెళ్ళి చేసుకోడానికి స్త్రీ అవ్వాల్సిన అవసరం లేదు కదా మొహమ్మద్.'

'మగాడు స్త్రీనే కదా పెళ్లి చేసుకునేది.'

'నీకు "గే" మ్యారేజ్ స్, లెస్బియన్ మ్యారేజ్ స్ గురించి తెలియదా?.'

'నాకెందుకు తెలియదు. మన భారతదేశంలో Nakshatra Bagwe భారతదేశ తొలి "గే" అంబాసిడర్. వారి హక్కుల కోసం పోరాడుతున్నారు. వారిపై జరుగుతున్న వివక్షను ప్రశ్నిస్తున్నారు. "గే" లు అంటే నాకు మంచి అభిప్రాయం ఉంది. ఎవరి సెక్సువల్ ఓరియెంటేషన్ వారిది.'

'హే! మొహమ్మద్.. ఏమో అనుకున్న నీకు చాలా విషయాలు తెలుసే!' ఆశ్చర్యపోతూ అడిగింది దీప.

'నేను కూడా పత్రికలు చదువుతాను. ఆ మాత్రం జనరల్ నాలెడ్జ్ ఉందిలే.'

ఎయిర్ పోర్ట్ రావడంతో చర్చ అర్ధాంతరంగా ఆగిపోయింది. ముగ్గురు ఎయిర్ పోర్ట్ చేరుకున్నారు.

'మీరిద్దరు వెళ్లి టికెట్స్ తీసుకోండి, నేను లాగేజ్ తెస్తాను.'

'దీప, కృష్ణ టికెట్స్ కోసం ఎయిర్ పోర్ట్ లోని ఎయిర్ లైన్స్ ఆఫీస్ చేరుకున్నారు.'

'చూసావా కృష్ణ! మొహమ్మద్ కి "గే" ల పట్ల మంచి అభిప్రాయం ఉంది. నాకెందుకో నీ ప్రేమ ఫలిస్తుందని అనిపిస్తోంది.'

‘ఏమో దీప, ఆ దేవుడు ఎలా రాసుంటే అలా జరుగుతుంది. మీరిద్దరు అలా మాట్లాడుకుంటుంటే. నువ్వెక్కడ నా గురించి చెప్తావోనని భయపడిపోయాను.’

‘అలా ఎందుకు చెప్తాను కృష్ణ? నీ ప్రేమను నువ్వే చెప్పాలి. అది కూడా ఒక అందమైన అనుభవం, అనుభూతి. అయినా నేను అసలు అనుకోలేదు మొహమ్మద్ అంత బాగా మాట్లాడుతాడని.’

‘సరే ఇక ఆ విషయాల గురించి వాడితో మాట్లాడకు. నాకు ఎలాగో ఉంది. ఇప్పటికే తనను వదిలి వెళుతుంటే మనసు భారంగా ఉందని ముఖం పక్కకు తిప్పుకున్నాడు.’

'సారీ కృష్ణ, నువ్వు వెళ్తున్నప్పుడు ఇలాంటివి మాట్లాడకుండా ఉండాల్సింది.’

‘పర్వాలేదులే, నాకు కూడా మొహమ్మద్ అభిప్రాయాల తెలిశాయి. ఇన్ని రోజులు వాడితో ఉంటున్న కూడా “గే” లపై వాడికి ఇలాంటి అభిప్రాయాలు ఉన్నాయని తెలియదు. నువ్వు మంచి మాటకారివి.’

‘సరేలే నువ్వు జాగ్రత్తగా ఉండు. ఆరోగ్యం జాగ్రత్తగా చూసుకో! నాకొకటి కావాలి ఇస్తావా’ అంటూ బుంగమూతి పెట్టింది.

‘ఏంటి దీప?’ అని ఆశ్చర్యంగా అడిగాడు కృష్ణ.

‘ఒక స్ట్రాంగ్ హాగ్ కావాలి’

'అంతలోనే ఏరా టికెట్స్ తీసుకున్నావా?' అంటూ మొహమ్మద్ వచ్చాడు.

'హా! తీసుకున్నాను. అదిగో అనౌన్స్ మెంట్ కూడా ఇస్తున్నారు. ఇక నేను వెళ్లి వస్తాను. జాగ్రత్తగా ఉండండి. అంటూ మొహమ్మద్ చేతిలో ఉన్న ల్యాప్ టాప్ బ్యాగ్ అందుకున్నాడు.'

'దీప ఏడుస్తూ కృష్ణను గట్టిగా హాగ్ చేసుకుంది' అల్ ది బెస్ట్. నువ్వు ఎక్కడున్నా ఆనందంగా ఉండాలి. ఈ స్నేహితురాలిని మరచిపోవద్దు.

'నిన్ను ఎప్పటికీ మర్చిపోను, నువ్వు ఎప్పటికి నా బెస్ట్ వి.'

'ఇదేంటి దీప.. నీకు ఫ్రెండ్ ఎప్పుడైయ్యింది?'

'ఎప్పుడో ఒక సారి అయ్యింది కానీ, వెళ్లి వస్తానని' చెప్పి కదలబోయాడు.

'అంతలో మొహమ్మద్ కూడా కృష్ణను హాగ్ చేసుకున్నాడు.'

తన ప్రేమికుడు అలా హత్తుకోగానే కృష్ణ చిన్న పిల్లవాడిలా ఏడ్చేశాడు. తన ప్రాణాన్ని వదిలి వెళ్తున్నట్లు అనిపించింది.

'ఏంటి కృష్ణ? చిన్నపిల్లవాడిలా నేను రోజూ వీడియో కాల్ చేస్తాను. నీతో టచ్ లో ఉంటాను. ఇక్కడి అప్‌డేట్లు ఇస్తాను. వీలైతే రెండేళ్లకే వచ్చేయ్. నువ్వు వచ్చే లోపు నా పెళ్లి కూడా సెటిల్ అవుతుంది.'

‘కృష్ణ అక్కడ ఉండలేకపోయాడు. సరేరా వెళ్లి వస్తానని కదిలిపోయాడు.’

***

తాననుకున్న పనులు చేయాలంటే పులివెందులలో ఉండకూడదు. అందుకే బెంగళూరుకి వచ్చేశాడు శ్రీరామ్. తాను చేయాలనుకున్న పనుల కోసం అద్దె ఇల్లు సరిపోదు అందుకే యెలహంకలో రెండు ఎకరాల స్థలం తీసుకున్నాడు. అందులో ఒక పక్క ఇల్లు కట్టుకున్నాడు. మరోవైపు ఐదు వందల మందికి సరిపోయేటట్లు ఒక పెద్ద ఆడిటోరియం కట్టాడు. దాని పక్కనే చిన్న ఆఫీస్ రూమ్ కూడా ఏర్పాటు చేసుకున్నాడు. Bengaloregay.com పేరుతో వివిధ సామాజిక మాధ్యమాల్లో ఎకౌంటు ఓపెన్ చేశాడు.

మొదట “గే” కమ్యూనిటీని ఒక చోటుకు పోగు చేయాలి. ఆ తర్వాత ‘గే’ లపై జరుగుతున్న వివక్ష గురించి, ప్రభుత్వాలు అందించాల్సిన తోడ్పాటు, అవసరాలు, డిమాండ్స్ గురించి ప్రభుత్వాల దృష్టికి తీసుకువెళ్ళాలి. ఈ విషయంలో హిజ్రాలు తమ కంటే ముందు వరుసలో ఉన్నారు. వారికి ఏం కావాలో? పోరాడుతున్నారు. అందరూ కలిసి ఉద్యమాలు చేస్తున్నారు. మేము హిజ్రాలమని బహిరంగంగా చెప్పుకోగలుగుతున్నారు. “గే” కమ్యూనిటీ మాత్రం కనీసం నేను “గే” అని కూడా చెప్పుకోలేక పోతున్నారని బాధపడ్డాడు.

“గే” హక్కుల వేదిక అనే పేరును రిజిస్టర్ చేశాడు. శ్రీరామ్ చేయబోయే పనులన్నీ అదే పేరుతో చేయాలనీ డిసైడ్ అయ్యాడు.

బెంగళూరుకు వచ్చి ఏర్పాట్లన్నీ చేసుకోడానికి ఆరు నెలల సమయం పట్టింది. సాయికి బెంగళూరు తెలుసు కాబట్టి సరిపోయింది. లేదంటే చాలా ఇబ్బందులు పడేవాడు శ్రీరామ్. తనకున్న పరిచయాలతో "గే" కమ్యూనిటీని ఒక చోటుకు చేర్చడానికి "మై సెక్సువల్ ఓరియెంటేషన్ మై రైట్" పేరుతో కార్యక్రమాన్ని ఏర్పాటు చేశాడు.

సభ ప్రధాన లక్ష్యం 'గే' సమస్యలు ఏంటో గుర్తించి వాటిని ఒక లిస్టుగా చేసి ప్రభుత్వాల దృష్టికి తీసుకువెళ్ళాలి. ఫేస్ బుక్, వాట్సప్, టెలిగ్రామ్, గ్రైండర్, రోమియో.నెట్, హార్ నెట్, బ్లూడ్ లాంటి సామాజిక మాధ్యమాల్లో వివరాలు పోస్ట్ చేశాడు. ఎవరైతే సభకు రావాలనుకుంటున్నారో వారందరినీ రిజిస్టర్ చేసుకోమని చెప్పాడు. వంద మందికి పైగా రిజిస్టర్ చేసుకున్నారు.

అరవై మంది సభకు హాజరయ్యారు. శ్రీరామ్ తన గురించి, సాయి గురించి చెప్పాడు. ఏం చేయాలనుకుంటున్నాడో వివరించాడు. అందరూ పరిచయాలు చేసుకున్నారు. వారి జీవితాల్లో పడుతున్న మానసిక క్షోభ గురించి, సమస్యల గురించి మాట్లాడారు. ఆర్టికల్ 377 రద్దు వల్ల చాలా మందికి భయం నుండి విముక్తి కలిగిందని గుర్తించాడు శ్రీరామ్.

అందరూ కలసి ప్రధానమైన సమస్యలు గుర్తించారు:

1. ఒకే జెండర్ పెళ్ళిళ్ళు లీగల్ చేయాలి.
2. అన్ని ప్రభుత్వ, ప్రైవేటు సంస్థల అప్లికేషన్స్ లో స్త్రీ, పురుషులతో పాటు 'గే' ఆప్షన్ కూడా ఉండాలి.
3. "గే" కమ్యూనిటీ గురించి అవగాహనా కార్యక్రమాలు చేపట్టాలి.

4. లైంగిక ఆరోగ్య సమస్యలు వస్తున్నట్లు గుర్తించారు. వాటిపై అవగాహన కల్పించడానికి సామాజిక మాధ్యమాలను ఉపయోగించాలి.
5. స్త్రీ, పురుషులకు ఉన్నట్టే "గే" లా కోసం "గే" మాట్రిమోనీ ప్రయత్నించాలి.
6. మగవాళ్లు శారీరకంగా "గేయ్స్" ని వాడుకోవడం, గేయ్స్ తో సెక్స్ చేసి వారిని దోపిడీ చేయడం, వీడియోస్ తీసి బ్లాక్ మెయిల్ చేసి డబ్బులు గుంజడం లాంటివి నియంత్రించాలి.
7. సరోగసి హక్కులు కల్పించాలి.
8. తొమ్మిది, పదవ తరగతి సైన్సు పుస్తకాల్లో LGBT కమ్యూనిటీ గురించి పాఠాలు ఉండాలి. స్త్రీ, పురుషుల్లాగే LGBT కమ్యూనిటీ కూడా సర్వ సాధారణం అనే విషయం విద్యార్థులకి పాఠాల ద్వారా తెలియాలి.
9. ఆస్తి పంపకాల్లో స్త్రీ, పురుషులతో సమానంగా 'గే' లకు కూడా హక్కులు ఇవ్వాలి.
10. "గే" లకు విడాకుల హక్కు ఉండాలి.

"గే" లలో కూడా డాక్టర్స్, ఇంజినీర్స్, లాయర్స్, టీచర్స్, ప్రభుత్వ అధికారులు చాలా మంది ఉన్నారు. వీరి అందరి డేటా సేకరించి టీమ్స్ గా ఏర్పాటు చేశాడు.

ఆరోగ్య సమస్యలపై అవగాహన కల్పించడానికి హెల్త్ టీం, ప్రభుత్వాలతో పోరాడటానికి లీగల్ టీంలు కూడా తయారయ్యాయి.

"గే" మ్యాట్రిమోని కోసం పది మంది ఇంజనీర్స్ కలిపి ఒక మొబైల్ యాప్ తయారు చేయడానికి ముందుకొచ్చారు. వారి సమస్యలు వారే పరిష్కరించుకుంటూ . సమాజంతో, ప్రభుత్వాలతో పోరాడాలని నిర్ణయించుకున్నారు.

తొలి సభ సంతృప్తిగానే జరిగింది. ఇందులో శ్రీరామ్ గుర్తించింది ఏంటంటే సరైన నాయకత్వం లేకపోవడం వల్లనే "గే" కమ్యూనిటీ బాధలు, హక్కులు, కనీస మర్యాద కోల్పోతున్నారు. శ్రీరామ్ అనుకున్నది అనుకున్నట్టు జరిగితే భారతదేశంలో "గే" ల పట్ల మార్పు తప్పనిసరిగా వస్తుంది.

ఒకే రకమైన ఇష్టాలు కలిగినవాళ్లు కనుక మొదటి సభలోనే అందరూ మంచి స్నేహితులుగా మారిపోయారు. ప్రతి 'టీం' కి ఒక లీడ్ ఏర్పాటు చేసుకున్నారు. ఇది ఒక్కరి కోసం కాదు మన కమ్యూనిటీ కోసం చేస్తున్నాము అన్నట్లు అందరూ పని చేయాలనుకున్నారు. వ్యక్తిగత పనులు ఆపుకోకుండానే ఖాళీ సమయంలో ఈ పనులు చేయాలని, ప్రతి నెల మూడవ ఆదివారం ఇక్కడే కలుసుకోవాలని నిర్ణయించుకున్నారు.

శ్రీరామ్ ఒక పెద్ద సూపర్ మార్కెట్ తెరిచాడు. వ్యాపారం కూడా బాగా జరుగుతోంది. సాయి సహాయంతో అమెజాన్, ఫ్లిప్ కార్ట్ లాంటి సంస్థలతో ఒప్పందం చేసుకున్నాడు. ఇక్కడ శ్రీరామ్ "గే" అని అందరికి తెలుసు. "గే" హక్కుల కోసం పోరాడుతున్నాడని కూడా తెలుసు.

అయినా పులివెందులలో లాగా ఎవరూ గేలి చేయడం, హేళన చేయడం అంతకన్నా లేదు. "గే" లా గురించి అవగాహన

లేకపోవడం వల్లనే పులివెందులలో అలా జరిగింది. అందుకే, మెల్ల మెల్లగా "గే" ల గురించి జిల్లా స్థాయి, మండల స్థాయిలో అవగాహన సదస్సులు ఏర్పాటు చేయాలనుకున్నాడు. యూట్యూబ్, టిక్ టాక్ లాంటి మాధ్యమాల ద్వారా అవగాహన వీడియోలు, షార్ట్ ఫిలిమ్స్ తీయాలనుకున్నాడు.

"మై సెక్సువల్ ఓరియెంటేషన్ మై రైట్" అనే నినాదాన్ని పెద్ద ఎత్తులో సామాజిక మాధ్యమాల్లో ప్రచారం చేశాడు. అలా చేస్తున్నప్పుడు అనేక సమస్యలను ఎదుర్కోవాల్సి వచ్చింది. ఒకరోజు అర్ధరాత్రి నలుగురు దుండగులు ఇంటి మీదికి వచ్చి దాడి చేశారు. శ్రీరామ్ వాళ్ల అమ్మ, పిల్లలు భయపడిపోయారు.

శ్రీరామ్ సమాజాన్ని, సంప్రదాయాన్ని, సంస్కృతిని నాశనం చేస్తున్నాడని వారి ఆరోపణ, అభియోగం. శ్రీరామ్ కావాలని మగవారిని "గే" లుగా మారుస్తున్నాడని; సభలు, సమావేశాలు పేరుతో వ్యభిచారం చేయిస్తున్నాడని; "మై సెక్సువల్ ఓరియెంటేషన్ మై రైట్" నినాదం ద్వారా, సామాజిక మాధ్యమాల ద్వారా డబ్బు సంపాదిస్తున్నాడని పోలీస్ కేసు కూడా పెట్టారు.

పోలీసులు శ్రీరామ్ వ్యక్తిగత వివరాలు, అకౌంట్స్ చెక్ చేశారు. అప్పుడప్పుడు పోలీసు స్టేషన్ కి వస్తూ ఉండాలని చెప్పారు. పోలీసులకి తెలుసు శ్రీరామ్ ఎలాంటి చట్ట వ్యతిరేక పనులు చేయడం లేదని. కాకపోతే శ్రీరామ్ నుండి డబ్బు గుంజాలని వారి ఆలోచన.

శ్రీరామ్ సంప్రదాయాన్ని, సంస్కృతిని పాడు చేస్తున్నాడని అంటున్నవారికి శ్రీరామ్ సూటి ప్రశ్న ఏంటంటే? ఎవరి కోసం ఎవరు

సృష్టించిన సంస్కృతి. దాని వల్ల జరిగిన ప్రయోజనం ఎంత? దేశాన్ని మూఢనమ్మకాల చట్రంలో పడేసి ప్రజలను నాశనం చేస్తున్న సంప్రదాయాన్ని, సంస్కృతిని తానెలా పాడు చేయగలడు? అవి ఎప్పుడో పాడు చేయబడ్డాయని.

సంస్కృతి, సంప్రదాయం అగ్రకులాలు సృష్టించినవి. ఒక వర్గం ప్రజలకు మేలు చేసేలా నిర్మించుకున్నవి. మాంసం తింటే మంచి సంస్కృతి కాదు. అదే ముద్దు పప్పు, నెయ్యి తింటే మంచి సంస్కృతి. మడివస్త్రాలు కట్టుకోవడం మంచి సంప్రదాయం, అదే బీదవారి వస్త్రాలు చెమట వస్త్రాలు కంపు కంపు అన్న సంస్కృతిని తానెందుకు గౌరవించాలి. అగ్రకులాల కొమ్ము కాచే సంస్కృతి, సంప్రదాయాలను తానెంత మాత్రం పాటించేది లేదు. వాటిపైనే తన పోరాటం.

పొట్టకూటికి చేసుకునే వ్యభిచారం తప్పా? మరి పెళ్లి చేసుకొని వేరే మగాడితో గుట్టు చప్పుడు కాకుండా అక్రమ సంబంధాలు నడిపే వారి సంస్కృతి గురించి ఏమంటారు?.

తనకు సతీసావిత్రి కంటే చలం రాజేశ్వరి అంటేనే ఇష్టం. సంప్రదాయం, సంస్కృతి పాముకు రెండు కోరలు లాంటివి. ఆ పామును ఆడిస్తున్నది అగ్ర కులాలే. శ్రీరామ్ పై దాడులు జరుగుతుంటే వాళ్ల అమ్మ బాధపడేది. సమాజాన్ని మంచిగా మార్చాలంటే ఇన్ని సమస్యలు ఉంటాయా అని ఆశ్చర్యపోయేది కూడా.

ఇలాంటివి సర్వసాధారణం. కొన్ని సంస్థలు నన్ను చంపడానికి కూడా ప్రయత్నం చేస్తాయి. దేశం కోసం, సమాజం కోసం

పోరాడిన ఎందరినో ఈ సమాజం పొట్టన పెట్టుకుంది. చావుకు భయపడితే ఏది సాధించలేము. నేను న్యాయం కోసం పోరాడుతున్నాను. ఎవరికీ, దేనికి భయపడాల్సిన అవసరం లేదని అమ్మకు నచ్చ చెప్పాడు.

అమ్మ తనకు చాలా సహకరించింది. జీవితాన్ని మన కోసమే గడిపి చనిపోతే ఎలా? నువ్వు లక్షల మంది జీవితాలను మార్చాలనీ, సమాజంలో మార్పు రావాలనీ కోరుకుంటున్నవాడివి. ఈ పోరాటంలో నువ్వు తప్పక విజయం సాధిస్తావు. నిన్ను ఎవరూ ఏమీ చేయరు. నా ఆశీస్సులు నీకు ఎప్పుడూ ఉంటాయని దీవించేది.

మూడు నెలల్లోనే "గే" మాట్రిమోని వెబ్ సైట్ తయారు చేశారు. మరో సంవత్సరంలోపు యాప్ కూడా రూపొందించాలని నిర్ణయించారు. వెబ్ సైట్ లో చాలామంది వారి వివరాలు పొందుపరచడం ప్రారంభించారు. వెబ్ సైట్ ద్వారా శ్రీరామ్ లక్ష్యం పెళ్ళిళ్ళు చేయాలని కాదు. ఇద్దరు కలిసి సహజీవనం చేసుకోడానికి. ఎందుకంటే? ప్రతి ఒక్కరికి ఒక మనసు ఉంటుంది. ఆ మనసుకు నచ్చినవారు దొరికే వరకు వెతుకుతారు.

"గే" లు తమ మనసుకు నచ్చిన వ్యక్తులను వెతుక్కోవడం కష్టం. అందుకే ఈ వెబ్ సైట్. శ్రీరామ్ సహజీవనం చేయాలని అనుకున్నప్పుడు తన అభిరుచులకు తగిన వ్యక్తిని కనుగొనడానికి చాలా కష్టపడ్డాడు.

చివరికి ఫేస్బుక్ లో సాయి పరిచయమయ్యాడు. సంవత్సరం తర్వాత వారిద్దరు కలుసుకున్నారు.

ఇతర సామాజిక మాధ్యమాల్లో "గే" లు కలుసుకోవాలంటే చాలా కష్టం. సెక్యూరిటీ ఉండదు. గేయ్స్ ని మోసం చేసే ప్రభుద్ధులు కూడా ఉన్నారు. "గే" పేరుతో ఫేక్ అకౌంట్స్ ఓపెన్ చేసి, వారి శారీరక వాంఛలు తీర్చుకొని డబ్బులు, విలువైన వస్తువులు దోచుకున్న సంఘటనలు ఎక్కువగా జరుగుతున్నాయి. మోసపోయిన "గే" లు ఆ విషయాన్ని బయటకు చెప్పుకోలేక పోతున్నారు. అదే ఈ వెబ్ సైట్ ద్వారా అయితే వారి పూర్తి వివరాలు సేకరించిన తర్వాతే అప్రూవల్ చేస్తున్నారు. తద్వారా "గే" ల సమస్యలు తీరాలన్నదే శ్రీరామ్ లక్ష్యం.

***

మొహమ్మద్ లేకుండా కృష్ణ అమెరికాలో ఉండలేకపోయాడు. మొహమ్మద్ తరుచూ గుర్తు రావడం, కుటుంబం కూడా దూరమవ్వడం తనని ఒంటరితనంలోకి నెట్టేశాయి. ఆ ఒంటరితనం నుండి బయట పడటానికి ఎక్కువసేపు ఆఫీస్ లోనే ఉండటం, ఓవర్ టైం వర్క్ చేయడం చేశాడు.

ప్రతిరోజు అమ్మకు ఫోన్ చేసి మాట్లాడుతున్నాడు. అమ్మతో మాట్లాడటం కాస్త ఊరట కలిగిస్తున్న తన జీవితంలో ఏదో కోల్పోయాననే బాధ ఎక్కువైపోయింది. ఆ ఒంటరితనం నుండి తట్టుకోలేక గ్రైండర్ యాప్ ని డౌన్‌లోడ్ చేసుకున్నాడు. తన వివరాలు ఇచ్చి ప్రొఫైల్ తయారు చేసుకోగానే 'హాయ్ అంటూ మెసేజ్ వచ్చింది.'

'కృష్ణ కూడా హాయ్ అని మెసేజ్ చేశాడు'

'ఏజ్, లైక్స్ ప్లీజ్ అని మరొక మెసేజ్'

'ఏజ్ చెప్పి, లైక్స్ అంటే ఏమిటి అన్నాడు కృష్ణ'

'ఆర్ యౌ టాప్ ఆర్ బాటమ్?' అని మరొక మెసేజ్ వచ్చింది అటువైపు నుండి.

కృష్ణకు అదేంటో అర్థం కాలేదు వెంటనే గూగుల్ చేశాడు. గేయ్స్ లో మూడు రకాల వాళ్ళు ఉంటారనీ; వారిని టాప్, బాటమ్, వెర్సటైల్ అంటారనీ. టాప్ అంటే బాటమ్ ని సుఖపెట్టేవాడనీ. బాటమ్ అంటే టాప్ చేత సుఖపడేవాడనీ. రెండూ చేసే వారిని వెర్సటైల్ అంటారనీ, ఇవే కాకుండా బైసెక్షువల్ కూడా ఉంటారనీ అలాంటి వారు ఆడవారిని, మగవారినీ ఇష్టపడతారని అనేక విషయాలు తెలుసుకున్నాడు.

వెంటనే టాప్ అని సమాధానం ఇచ్చాడు.

సారి డ్యూడ్, నేను కూడా టాప్ కాకపోతే నువ్వు చాలా సెక్సీగా ఉన్నావు. నీకు ఇష్టమైతే మనం ఇద్దరం ఒకసారి కలుద్దాము. నీకు నేను ఇష్టమైతే రొమాన్స్ చేసుకొందామని మెసేజ్ వచ్చింది. ఆలోచించకుండా ఒకే అంటూ మెసేజ్ చేశాడు కృష్ణ.

లావుగా, నల్లగా చూడటానికి వికారంగా ఉన్న ఒక వ్యక్తి కృష్ణను కలిశాడు. గ్రైండర్ యాప్ లో పంపిన ఫోటో కి, ఎదురుగా ఉన్న వ్యక్తికి చాలా తేడా ఉంది. అయినప్పటికీ ఆ వ్యక్తితో పాటు నేరుగా రూమ్ లోకి వెళ్ళాడు.

'నువ్వు చాలా అందంగా ఉన్నావు. నిన్ను ఎలాగైనా కలవాలనే ఆలోచనతో ఫేక్ ఫోటో పంపించాను సారీ' అన్నాడతడు.

కృష్ణ ఏమి మాట్లాడకుండా అలానే ఉండిపోయాడు.

'సరే త్వరగా బట్టలు విప్పు నీకు ఏది కావాలంటే? అది చేస్తాను. మళ్ళీ నా రూమ్ మేట్స్ వస్తారు. త్వరగా పని పూర్తి అవ్వాలి' అన్నాడు.

'కృష్ణకు ఏం మాట్లాడాలో? అర్థం కాలేదు' అంతలో లైట్స్ ఆఫ్ అయ్యాయి. చీకటి ప్రపంచంలో కృష్ణ వేణుగానం చేశాడు.

రెండు గంటల అనంతరం ఇంటికి వచ్చిన కృష్ణకు ఒళ్ళు మొత్తం జిడ్డుగా అనిపించడంతో స్నానం చేశాడు. పడుకోవాలని ఎంత ప్రయత్నం చేసినా నిద్రపట్టలేదు. మనసులో ఏవేవో ఆలోచనలు. మొహమ్మద్ కి ద్రోహం చేశాను. మొహమ్మద్ ని ప్రేమిస్తూ ఇలా వేరొకరితో ఎందుకు కలిశాను? అంటూ మదనపడిపోయాడు. వెంటనే గ్రైండర్ యాప్ ని అన్ ఇన్ స్టాల్ చేశాడు.

అన్ ఇన్ స్టాల్ అయితే చేశాడు కాని మనసులో ఏవేవో కోరికలు పాముల్లా బుసలు కొడుతున్నాయి. ఆ వ్యక్తితో కలవడం ఆనందాన్ని ఇవ్వకపోయినా ఏదో తెలియని అనుభూతి. ఆ కొద్ది సమయం పాటు ఎవరూ గుర్తుకు రాలేదు. రెండు రోజుల తర్వాత మళ్ళీ గ్రైండర్ యాప్ ని ఇన్ స్టాల్ చేసుకున్నాడు.

చాలా మెసేజెస్ వచ్చాయి. కృష్ణ మాత్రం తనకు నచ్చిన వారికే రిప్లై ఇస్తున్నాడు. కలిసే ముందు ఫోన్ నెంబర్ తీసుకొని

వీడియో కాల్ మాట్లాడిన తర్వాతే కలవాలో, వద్దో డిసైడ్ అవ్వాలనుకున్నాడు.

ఒక "బాటమ్" తో వీడియో కాల్ మాట్లాడిన తర్వాత అతనిని కలవడానికి వెళ్ళాడు. ఒక రోజు రాత్రంతా బాటమ్ తో గడిపాడు. మొదటిసారి కంటే ఈ సారి సుఖంగా అనిపించింది. కృష్ణను ఆ బాటమ్ అమితంగా ఇష్టపడ్డాడు. అందుకే అప్పుడప్పుడు వస్తూ ఉండాలని ప్రాధేయపడ్డాడు. కృష్ణ సరే అంటూ తన నుదుటిపై ముద్దు పెట్టి ఇంటికి వచ్చేశాడు.

ఇంటికి రాగానే కృష్ణ మనసులో ఏదో ఆందోళన, తెలియని భయం, చేసేది తప్పు అనే భావన కలచివేసేది. మొహమ్మద్ కి ఫోన్ చేసి వీడియో కాల్ మాట్లాడాడు. నువ్వు ఎక్కువగా గుర్తు వస్తున్నావని వీలయితే అమెరికాకు రా అన్నాడు. మొహమ్మద్ తప్పకుండా ప్రయత్నం చేస్తానులే అంటూ ఆ విషయాన్ని దాట వేశాడు.

మనసులో ఏదో వెలితి, తనను ఎవరో రిజెక్ట్ చేస్తున్నారనే భావన, ఒంటరితనం, ఏదో దూరం అయ్యిందనే బాధ. పనిలో శ్రద్ధ ఉండటం లేదు. కొలిక్స్ తో కలిసి ఉంటే ఈ బాధ దూరం అవుతుందని అమెరికాలో ఉన్న ఇండియన్ కొలిక్ దగ్గరికి వెళ్ళాడు. రెండు రోజులు తర్వాత అక్కడ కూడా ఉండలేకపోయాడు. ఏదో కావాలి, మరేదో కోల్పోతున్న భావనతో గ్రైండర్ యాప్ ఓపెన్ చేసి చాటింగ్ చేశాడు.

హాయ్! నేను క్రాస్ డ్రస్సర్ ని. నాకు ఆడవారి బట్టలు వేసుకొని సెక్స్ చేయాలంటే ఇష్టం. నీకు కూడా ఇష్టమైతే నా ఫొటోలు

పంపుతానని మెసేజ్ వచ్చింది. కృష్ణకు అదేదో కొత్తగా అనిపించింది. ఫొటోలు కాదు వీడియో కాల్ మాట్లాడుదామన్నాడు. వీడియో కాల్ మాట్లాడి, తనను కలవడానికి వెళ్ళాడు.

ఆరు అడుగుల ఎత్తు, పెద్ద గడ్డం, ఒత్తుగా మీసాలు, చేతులకి, కాళ్లకి గుబురు గుబురుగా వెంట్రుకలు ఉన్నాయి. నైట్ షార్ట్, బనియన్ వేసుకున్నాడు. కృష్ణను ఆహ్వానించి జ్యూస్ ఇచ్చాడు. ఇద్దరూ కలిసి రెండు గంటల పాటు ఒకరి గురించి ఒకరు మాట్లాడుకున్నారు. మొదటిసారి కలిసినప్పటికీ ఇద్దరు చాలా ఓపెన్ అప్ అయ్యారు. కృష్ణ తన ప్రేమ గురించి కూడా చెప్పాడు.

అసలు సి.డి ఏంటి? ఎందుకు ఆడవారి దుస్తులు వేసుకోవాలని ఉంటుంది? ఎప్పటి నుండి అలా చేస్తున్నావని చాలా ప్రశ్నలు అడిగాడు.

తన లాంటివాళ్లు చాలామంది ఉన్నారని. చిన్నప్పటి నుండి ఆడవారి బట్టలు వేసుకునేవాడిని కానీ పెద్దైన తర్వాత అది కుదిరేది కాదు. అందుకే ఇలా బట్టలు వేసుకుంటాను. నేను స్ట్రెయిట్ ని, పెళ్లి కూడా అయ్యింది. అయినప్పటికి ఇలా బట్టలు వేసుకొని శృంగారం చేయాలనేది నా కోరిక. భార్యతో కలిసి ఇలాంటి పనులు చేయలేము కదా! అందుకే ఇలా చేస్తున్నాను.

'అయితే నువ్వు బాటమ్ కాదా!' వెంటనే అడిగాడు కృష్ణ.

'వాటితో నాకు సంబంధం లేదు. నాకు నచ్చిన వారితో కలిసి వారికి నచ్చినట్లు ఉంటాను. శృంగారం శరీరానికి సంబంధించినది కాదు. మనసులు కలిస్తేనే శృంగారం

సంతృప్తికరంగా ఉంటుంది. ఇప్పటివరకు ఈ గ్రైండర్ యాప్ ద్వారా పది మందిని కలిశాను. ఏదో అసంతృప్తి ఉండేది. నీతో శారీరకంగా కలవకపోయినా సంతృప్తిగా ఉంది. నిజానికి నీతో శారీరకంగా గడపాలని లేదు.'

'నాకు అలానే ఉంది. కాకపోతే నువ్వు ఆడవారి బట్టలు వేసుకుంటే చూడాలని ఉంది.'

'నువ్వు నాకు ఎంతో నచ్చావు. నీకోసం చాలా అందంగా రెడీ అవుతాను. దానికి రెండు గంటల పాటు సమయం పడుతుంది. నీకు ఒకే కదా!'

'సరే అయితే! ఈరోజు నేను ఇక్కడే ఉంటాను.'

'నేను స్నానానికి వెళ్ళాలి. నువ్వు కూడా ఫ్రెష్ అప్ అవ్వాలంటే పక్కనే ఇంకో బెడ్ రూమ్ ఉంది. అక్కడికి వెళ్లి ఫ్రెష్ అప్ అవ్వు.'

'ఏ? ఎందుకు? ఇద్దరం కలిసి ఒకే చోట స్నానం చేస్తే తప్పేంటి' కన్నుగీటుతూ అన్నాడు కృష్ణ.

'సరే అయితే నేను క్లీన్ షేవ్ చేసుకోవాలి. పదా! నాకు హెల్ప్ చేద్దువని' ఇద్దరు కలిసి స్నానానికి వెళ్లారు.

తన శరీరానికి ఉన్న వెంట్రుకలు మొత్తం షేవ్ చేసుకొని బాడీలోషన్ పూసుకున్నాడు. వెంట్రుకలు తీసివేసిన తర్వాత కృష్ణకు అతను ఇంకా అందగా కనిపించాడు.

'స్నానం చేసిన తర్వాత అతను తన భార్య షార్ట్ స్కర్ట్, టీషర్టు వేసుకున్నాడు. కృష్ణ నైట్ షార్ట్ మాత్రమే వేసుకున్నాడు.'

తానేమో డాన్స్ చేస్తూ కృష్ణను రెచ్చగొడుతున్నాడు. ఒంటి మీద ఉన్న బట్టలను విప్పుతూ స్ట్రిప్ టీస్ చేశాడు.

కృష్ణ ఒంట్లో వేడి పెరిగిపోయింది. వారిద్దరి మధ్యలో గాలికి ఊపిరి ఆడలేదు. తనని కలిసి వచ్చినప్పటి నుండి కృష్ణ ఆనందంగా ఉన్నాడు. రకరకాల అనుభూతులను పొందాలనుకున్నాడు.

గ్రైండర్ మాత్రమే కాకుండా ఇతర సామాజిక మాధ్యమాల్లో కూడా ఐ.డి తయారు చేసుకున్నాడు. ఆఫీస్ నుండి రూమ్ కి రాగానే మెసేజెస్ చేయడం; నచ్చితే వెళ్లి కలవడం. ఇలా నెల రోజుల్లోనే కనీసం యాభై మందిని కలిశాడు.

ఒంటరితనాన్ని జయించడానికి డౌన్‌లోడ్ చేసుకున్న యాప్స్ కాస్త వ్యసనంగా మారిపోయాయి. ఎక్కువగా గ్రైండర్ ఉపయోగించడం, ఎక్కువమందితో మాట్లాడటం, "గే" పార్టీలకు వెళ్ళడం అలవాటు చేసుకున్నాడు. గ్రైండర్ యాప్ లో పరిచయం అయినవారిని నేరుగా కలవడం, వారితో సెక్స్ లో పాల్గొనడం సర్వసాధారణం అయిపోయింది. అమెరికాకు వచ్చిన తొలి రోజుల కంటే ఇప్పుడు ఆనందంగా ఉన్నాడు.

ఇదంతా జరుగుతున్న సమయంలోనే జ్వరం వచ్చింది. సాధారణ జ్వరమే కదా! అని టాబ్లెట్స్ వేసుకున్నాడు. తగ్గినట్టే తగ్గి, వారానికి ఒకసారి జ్వరం వస్తూ ఉంటడం, కొద్ది రోజుల్లోనే ఎక్కువగా బరువు తగ్గిపోవడంతో అనుమానం వచ్చి ఆసుపత్రికి వెళ్ళాడు.

రకరకాల వైద్య పరీక్షల అనంతరం కృష్ణకు ఎయిడ్స్ అని నిర్ధారణ అయ్యింది. వెంటనే అక్కడి వైద్యులు ఇండియన్ అధికారులకు తెలియజేశారు. అక్కడి ఇండియన్ అధికారులు కృష్ణను వెంటనే ఇండియాకు టికెట్ బుక్ చేశారు.

ఊహించని ఈ పరిణామంతో కృష్ణ కుమిలి కుమిలి ఏడ్చాడు. అందమైన జీవితాన్ని నాశనం చేసుకున్నాను. నేను బతికి ఉండి ఎవరిని ఉద్ధరించాలి? అనుకున్నాడు.

బెంగళూరుకు వచ్చి ఒక అపార్ట్ మెంట్ లో అద్దెకు దిగాడు.

ఇంత చదువుకున్నవాడిని హద్దూ అదుపు లేకుండా ఎందుకీ తప్పు చేశాను. కనీసం సేఫ్టీ కూడా ఎందుకు వాడలేదు. నా బుద్ధి ఏమైంది? నాకు ఏదో అయ్యింది. లేదంటే నేనలా చేయడం ఏంటి? అంటూ ఒంటరిగా అపార్ట్ మెంట్ లో పిచ్చి పట్టినవాడిలా తనలో తానే మాట్లాడుకుంటున్నాడు.

అలానే ఉంటే పిచ్చి పడుతుందని మొహమ్మద్ కి ఫోన్ చేశాడు. ఇంటికొచ్చిన మొహమ్మద్ "ఏందిరా? ఎందుకొచ్చావు? అసలు ఇక్కడ ఎందుకున్నావు? నా దగ్గరికి రాకుండా ఇక్కడ అద్దెకు ఎందుకున్నావు? ఏదైనా సమస్య జరిగిందా' అని అడిగాడు.

'ఏమీ లేదు మొహమ్మద్ కొన్ని రోజులపాటు ఒంటరిగా ఉండాలనిపించింది. ఆరోగ్యం సరిగా లేదు. చూస్తున్నావుగా ఎలా చిక్కి పోయానో! నాకు నా శరీరం అంటే ప్రాణం దానిపై దృష్టి పెట్టాలనుకున్నాను. బహుశా! అక్కడి వాతావరణం వల్ల ఇలా

అయిపోయాను అనుకుంటాను. ఆరు నెలల పాటు రెస్ట్ తీసుకుంటాను. ఆ తర్వాత ఏదైనా వ్యాపారం చేయాలనుకుంటున్నాను.'

'ఇదంతా నా దగ్గర ఉండి కూడా చేయవచ్చు కదా! నువ్వు మారిపోయావు. నా దగ్గర ఏదో దాస్తున్నావు. నాతో కూడా చెప్పకూడని విషయమైతే సరే.. నువ్వు ఒక్కడివే ఉంటే ఆరోగ్యం ఎలా బాగుపడుతుంది? నాతో ఉంటే నేను చక్కగా వంట చేసి పెడతాను కదా! మరోసారి ఆలోచించు.

ఇండియాకి వచ్చి.. వారం అవుతున్నా ఇంకా ఇంటికి కూడా వెళ్ళలేదు. నువ్వు ఇండియాకు వచ్చింది ఇంట్లో చెప్పావా? లేదా?' కోపంగా అడిగాడు మొహమ్మద్.

'లేదు అమ్మకు చెప్పలేదురా, నేరుగా వెళ్లి సర్ప్రైజ్ చేయాలనుకుంటున్నాను. వీలు చూసుకొని వచ్చేవారం వెళ్ళాలనుకుంటున్నాను.'

'సరే నీ ఇష్టం. నేను రోజూ వస్తూ ఉంటాను. ఏమైనా అవసరమైతే కాల్ చేయి' అని చెప్పి మొహమ్మద్ వెళ్ళిపోయాడు.

ఇక్కడే ఉంటే మొహమ్మద్ తన దగ్గరికి వస్తూ ఉంటాడని అక్కడి నుండి వెళ్ళిపోవాలని నిర్ణయించుకున్నాడు.

కృష్ణ అమెరికా నుండి ఎందుకు వచ్చాడు? తాను ఇండియా వచ్చిన విషయాన్ని ఇంట్లో ఎందుకు చెప్పలేదు?' నాతో కూడా ఉండకూడదు అనుకుంటున్నాడు. ఎవరినైనా ప్రేమించాడా?

ఆ అమ్మాయి కృష్ణను రిజెక్ట్ చేసిందా? అలాంటి అవకాశమే లేదే. కృష్ణ అందగాడు, లక్షలు సంపాదిస్తున్నాడు. ఎలాంటి చెడు అలవాట్లు లేవు. మరి ఏ అమ్మాయి అయినా ఎందుకు రిజెక్ట్ చేస్తుంది? అమెరికాలో ఏదో జరిగింది? అందుకే వచ్చేసినట్లు ఉన్నాడు. ఎలాగైనా తెలుసుకోవాలి. వాడిది అసలే సున్నిత మనసు. విషయాన్ని తెలుసుకోకపోతే వాడిలో వాడే కుమిలిపోతాడు అనుకున్నాడు మొహమ్మద్.

ఇంటికి వెళ్లిన కృష్ణ అర్జెంటుగా మీటింగ్ ఉండటంతో బెంగళూరుకి వచ్చానని రెండు రోజుల్లో మళ్ళీ వెళ్ళిపోతానని చెప్పాడు. ఇంట్లో వాళ్లు కూడా నిజమే అనుకున్నారు.

ఏదైతే ఏంటి? చాలా రోజుల తర్వాత బిడ్డ ఇంటికి వచ్చాడని ఇంట్లో వాళ్ళు సంబరపడిపోయారు. కృష్ణ వాళ్ల అమ్మ మాత్రం బిడ్డ చిక్కిపోవడం చూసి బోరున ఏడ్చేసింది. 'ఏంటి ఇలా అయిపోయావు? అమెరికాకు వద్దు ఏం వద్దు ఇక్కడే ఉండిపో! నిన్ను చూస్తుంటే నాకు భయంగా ఉంది.

పాడు డబ్బులు కోసం మమ్మల్ని వదిలి అంత దూరం వెళ్లావు. ఇక్కడున్నప్పుడు లడ్డులా ఉండేవాడివి. వద్దు బాబు, ఆ డబ్బుల కోసం నిన్ను వదిలి ఉండలేను. నేను రానని చెప్పేయ్. ఇక్కడే ఏదైనా వ్యాపారం చేసుకుందువు.'

'లేదమ్మా అలా మధ్యలో వదిలి రాకూడదు. కావాలంటే ఒక పని చేస్తాను. మరో సంవత్సరం మాత్రమే ఉండి వచ్చేస్తానులే. ఆ తర్వాత నువ్వు చెప్పినట్టే ఇక్కడే ఉండి వ్యాపారం చేసుకుంటాలే'

రెండు రోజులు తర్వాత వెళ్లి వస్తానని ఇంటి నుండి కదిలాడు కృష్ణ.

***

స్కూల్ ప్రిన్సిపాల్ ఏదో మాట్లాడాలని పిల్లలతో కబురు పంపారు. ఆ మరుసటి రోజే స్కూల్ కి శ్రీరామ్, సాయి వెళ్లారు.

పిల్లలకి తల్లి పేరు, తండ్రి పేరు రాయాలనీ, మీరు దత్తత తీసుకున్నారు కాబట్టి మీ పేర్లే రాయాలి; మీలో ఎవరి పేరు తండ్రిగా రాయాలో చెప్పండని శ్రీరామ్ ని అడిగారు. అలాగే తల్లి పేరు ఏం రాయాలని? సందేహంగా మొఖం పెట్టారు.

శ్రీరామ్, సాయి ఇద్దరు మగవాళ్ళే. వారి ఇద్దరిలో ఒకరి పేరును తండ్రిగా రాయండి. మరొకరు పేరు తల్లిగా రాయండి. ఎవరి పేరు ఎక్కడ రాసినా అభ్యంతరం లేదన్నారు.

'అంటే మీరిద్దరూ?' ప్రిన్సిపాల్ నసిగాడు.

'మేము ఇద్దరం గేయ్స్'

'తల్లి, తండ్రి అనేవి బాధ్యతలు మాత్రమే, వాటికి జెండర్ అంటగట్టకండి. మా పిల్లలిద్దరి బాధ్యతలు మేమిద్దరమూ పంచుకుంటున్నాము.

వారిని పెంచి, పోషించి పెళ్ళిళ్ళు చేసేదాకా కంటికి రెప్పలా చూసుకుంటాము. సమాజానికి ఉపయోగపడే పౌరులుగా తీర్చిదిద్దుతాము. ఇందులో మాకు ఎలాంటి సందేహం లేదు.'

'సరే మీ ఇష్టం! మీ పేరును తండ్రిగా రాసి, సాయి పేరును తల్లిగా రాస్తాను.'

'మీకు ఎలా ఇష్టమైతే అలా చేయండి. మాకు ఎలాంటి అభ్యంతరం లేదని' సాయి వైపు చూశాడు శ్రీరామ్. సరే అన్నట్లు తల ఊపాడు సాయి.

ఇంటికి వచ్చినప్పటికీ శ్రీరామ్ మనసు మనసులో లేదు. ఇది తన సమస్య మాత్రమే కాదు. తనలాంటి వారందరి సమస్య. ఈ సమస్యను ఎలాగైనా పరిష్కరించుకోవాలనుకున్నాడు. వెంటనే న్యాయ సలహా 'టీం' తో మాట్లాడాడు.

పిల్లల సర్టిఫికేట్ లో పేరు, జెండర్ మాత్రమే కాకుండా తల్లిదండ్రుల పేర్లు, వారి జెండర్ కూడా ఉండాలని. కోర్ట్ లో కేసు వేశారు. అత్యున్నత న్యాయస్థానం. శ్రీరామ్ కి అనుకూలంగా తీర్పు ఇచ్చింది. ఎవరి పేరు వారి ఇష్టప్రకారం పెట్టుకునే అవకాశం ఉన్నట్టే; ఎవరి జెండర్, సెక్సువల్ ఓరియెంటేషన్ వారు మార్చుకునే సదుపాయం ఉండాలని. అది పౌరుల వ్యక్తిగత విషయమని, ఆ విధంగా తగిన చర్యలు తీసుకోవాలని ప్రభుత్వానికీ, విద్య శాఖకూ ఉతర్వులు జారి చేసింది.

న్యాయస్థానం తీర్పుతో శ్రీరామ్ అదే తన తొలి విజయం అనుకున్నాడు. ప్రింట్, ఎలక్ట్రానిక్ మీడియా ఈ విషయానికి ఎక్కువగా ప్రాముఖ్యాన్ని ఇచ్చాయి. సోషల్ మీడియాలో ప్రజలు రకరకాలుగా స్పందించారు. కర్ణాటక రాష్ట్రంలోనే కాకుండా భారతదేశ వ్యాప్తంగా కేసు చర్చనీయాంశం అయ్యింది.

శ్రీరామ్ అబ్బాయిలను "గే" లుగా మారుస్తున్నాడనీ, భారతదేశ సంస్కృతిని నాశనం చేస్తున్నాడనీ భారతదేశంలోని అనేక రాష్ట్రాల్లో శ్రీరామ్ పై కేసులు నమోదు చేశారు. కొన్ని మత సంస్థలు, సంఘాలు శ్రీరామ్ తలపై వెల ప్రకటించాయి. ఇదంతా శ్రీరామ్ ఎప్పుడో ఊహించాడు. అందుకే మానసికంగా చాలా దృఢంగా ఉండగలిగాడు.

అనుకూలంగా తీర్పు రావడంతో భారతదేశంలోని "గే" సంఘాలు శ్రీరామ్ కి మద్దతు తెలిపాయి. వారి కోసం పోరాడే ఒక వ్యక్తి దొరికాడని సంబరపడిపోయాయి. ఒకే ఒక్క తీర్పు శ్రీరామ్ జీవితాన్నే మార్చేసింది. అనేక రాష్ట్రాల్లో ఉన్న "గే" సభలకు, పార్టీలకు హాజరై అనేక సమస్యల గురించి చర్చించుకునేవారు. భారత ప్రభుత్వ దృష్టికి "గే" సమస్యలు తీసుకెళ్లాలి. అలాగే చట్టసభల్లో "గే" ప్రాతినిధ్యం ఉంటేనే సమస్యలు తీరతాయని తీర్మానించుకున్నారు.

శ్రీరామ్ నార్త్ బెంగళూరు నుండి పోటీ చేయాలనీ నిర్ణయించుకున్నాడు. అప్పటి నుండి "గే" సమస్యలతో పాటు ఇతరుల సమస్యలపై పోరాటాలు చేస్తూ వచ్చాడు. యెలహంకలో ప్రతి గడపకి తిరిగి మద్దతు కోరాడు. "గే" సమస్యలతో పాటు అందరి సమస్యలు కూడా తీరుస్తానని వాగ్దానం చేశాడు.

ఎన్నికలకు సంవత్సరం ఉందనగా శ్రీరామ్ పై హత్యాయత్నం జరిగింది. శ్రీరామ్ సూపర్ మార్కెట్ లో ఉండగానే నలుగురు దుండగులు వచ్చి తన కడుపులో ఐదు పోట్లు పొడిచి

పారిపోయారు. వెంటనే అప్రమత్తం అయిన సాయి తనను నింహ్యాన్స్ ఆసుపత్రిలో చేర్చాడు.

కడుపుకు కుట్లు పడ్డాయి. ఆరు నెలల పాటు లేవలేకపోయాడు. ఆ తర్వాత తెలిసింది. యెలహంక మాజీ ఎంపి అనుచరులే ఈ పని చేశారని. వారిపై కేసు పెట్టినా ఎలాంటి ప్రయోజనం లేకుండా పోయింది. అయినప్పటికే "గే" కమ్యూనిటీ మొత్తం ర్యాలీలు, ధర్నాలు చేశారు.

ఆ ఆరు నెలల పాటు సాయి.. శ్రీరామ్ ని కాలు కింద పెట్టకుండా చూసుకున్నాడు. ప్రసవించిన భార్యను తన భర్త ఎలా చూసుకుంటాడో! అలా చూసుకున్నాడు. శ్రీరామ్ కి ఎప్పుడు ఏం జరుగుతుందోనని! శ్రీరామ్ వాళ్ల అమ్మ వెక్కి వెక్కి ఏడ్చేది. అయినా ఎప్పుడూ ఇదంతా మనకెందుకు అనలేదు.

తల్లిగా తన కొడుకుకు ఏమి కాకూడదని అనుకుంటూనే తన పోరాటానికి సహకరించింది. ఒకానొక దశలో తనపై ఆశలు వదులుకుంది కూడా. ఎవరైనా పోవాల్సినవారిమే. కాకపోతే ఈ సమాజానికి ఏదో ఒకటి చేసి పోవాలి. అది నా కొడుకు తప్పకుండా చేస్తాడని సాయితో చెప్పడం శ్రీరామ్ విన్నాడు.

ఆరు నెలల విరామం తర్వాత ఎన్నికల పనుల్లో పడిపోయాడు శ్రీరామ్. ఎన్నికల్లో 3000 ఓట్లు వచ్చాయి. అంటే తనకు డిపాజిట్ కూడా రాలేదు.

అయితే ఏంటి? ఒక "గే" ఎన్నికల్లో నిలబడ్డాడు. ఈరోజు తాను గెలవకపోయినా పర్వాలేదు. తన పోరాటం ఒకరికి స్ఫూర్తిని

ఇస్తే అదే చాలనుకున్నాడు. ప్రజలతో మరింతగా మమేకం అయ్యాడు. “గే” సమస్యలపై పోరాటం చేస్తూనే ప్రజా సమస్యలపై తన వంతు కృషి చేశాడు.

మార్పు వెంటనే రావాలంటే ఎలా? గత సమాజం కంటే నేటి సమాజం మెరుగైంది. నేటి సమాజం కంటే రేపటి సమాజం మరింత మెరుగుగా ఉండాలని కోరుకునేవాడు. తప్పకుండా శ్రీరామ్ వేసిన ఈ బీజం వల్ల సమాజంలో మార్పు వస్తుందని భావించాడు. ఎన్నో ఆటుపోట్లు, ఒడిదుడుకులు ఎదుర్కుంటూ ముందుకు సాగాడు.

***

జీవితాన్ని ప్రేమ నిలబెట్టాలి అలా కాకుండా నా జీవితాన్ని ఈ మాయదారి ప్రేమ నాశనం చేసింది. ప్రేమించినవాడికి నా ప్రేమ గురించి చెప్పుకోలేకపోయాను. మంచి జీవితాన్ని నా చేతులారా నాశనం చేసుకున్నాను.

నాకు ఎయిడ్స్ అని తెలిస్తే ఇంట్లో వాళ్లకు ఎంతటి అవమానం. అమ్మ తల ఎత్తుకొని బతకగలదా? నా జీవితం అంతా ఇంతే. ఇన్ని రోజులూ నేను ఒక “గే” అని బయటకి చెప్పకుండా దాచాను. ఇప్పుడు కూడా ఎవరితో చెప్పుకోలేని రోగం వచ్చింది. ఇలాంటి జీవితాన్ని బతకడం కంటే చావడమే మంచిది.

నేను బతికి ఉద్ధరించేది ఏమీ లేదు? అటు కుటుంబానికి, ఇటు సమాజానికి కూడా నేనొక చీడపురుగును. నా కుటుంబం, సమాజం నన్ను వెలివేయక ముందే చనిపోవాలి.

నేను చనిపోయిన తర్వాత కనీసం నా శవం కూడా ఎవరికీ కనపడకూడదు. లేదంటే నా శరీరానికి శవపరీక్ష చేస్తే ఎయిడ్స్ అని తెలుస్తుంది. దూరంగా వెళ్లిపోవాలి. నేను చనిపోయాననే విషయం కూడా ఎవరికీ తెలియకూడదు.

యెలహంక యెలహంక అంటూ కండక్టర్ అరుపుతో కృష్ణ తన ఆలోచనల నుండి బయటపడ్డాడు. యెలహంకలో బస్సు దిగి రైల్వే స్టేషన్ చేరుకున్నాడు. ఏదైనా ట్రైన్ ఎక్కి దూరంగా ఎవరూ గుర్తుపట్టని చోటుకి వెళ్ళాలని నిర్ణయించుకున్నాడు. టికెట్ కౌంటర్ లో తరువాత వచ్చే ట్రైన్ వివరాలు తెలుసుకొని టికెట్ తీసుకున్నాడు. రైల్వే స్టేషన్ లో కూర్చొని ట్రైన్ కోసం ఎదురుచూస్తూ ఉండగా ఒక అబ్బాయి టెన్షన్ పడుతూ మొబైల్ లో ఏదో చూసుకుంటూ టాయిలెట్ వైపుకు వెళ్ళడం గమనించాడు.

ఆ అబ్బాయి వెళ్ళిన పది నిమిషాలకి మరొక అబ్బాయి కూడా టాయిలెట్స్ వైపుకు వెళ్ళాడు. 20 నిముషాలు గడిచినా ఆ అబ్బాయిలిద్దరూ టాయిలెట్స్ నుండి బయటకి రాకపోవడంతో కృష్ణకు అనుమానం వచ్చి లోపలికి వెళ్ళాడు.

యెలహంక అంటే బెంగళూరు సిటీకి దూరంగా ఉంటుంది. రైల్వే స్టేషన్ లో కూడా ఎక్కువగా ప్రయాణికులు ఉండరు. అందులోనూ రాత్రి సమయం కనుక చీకటిగా ఉంది. టాయిలెట్స్ లో చివరి బాత్ రూమ్ లో ఏవో శబ్దాలు గమనించిన కృష్ణకు విషయం అర్థం అయ్యింది. వెంటనే అక్కడికి వెళ్లి బాత్‌రూం తలుపు తట్టాడు. అబ్బాయిలిద్దరూ బట్టలు సర్దుకొని బయటకు వచ్చి అక్కడి నుండి

వెళ్ళిపోడానికి ప్రయత్నించారు. కృష్ణ వారిద్దరిని పట్టుకొని భయపడకండి నేను కూడా “గే” నే అన్నాడు.

అందులోని ఒక అబ్బాయి అవునా! భయపడిపోయాము. ఇంకా నువ్వు పోలిసేమో అనుకున్నామన్నాడు.

‘అయితే ఏంటి? మీరిద్దరూ మేజర్స్. జెండర్ తో సంబంధం లేకుండా కలవచ్చు అది మీకు తెలియదా?’

‘తెలుసు కానీ, ఇలా పబ్లిక్ ప్లేస్ లో కలవకూడదు కదా! అందుకే మా భయమని’ నసిగాడు.

‘మరి మీరు ఏదైనా రూమ్ బుక్ చేసుకోవచ్చు కదా!’

‘అంత డబ్బు మాతో లేదు. అయినా మేమిద్దరం ఇప్పుడే కలిశాము. నేను వేరే ఊరికి వెళ్తూ గ్రైండర్ యాప్ లో ఎవరైనా నాకు దగ్గరలో ఉన్నారేమోనని చూశాను. ఇతను కనపడ్డాడు. అందుకే ఇక్కడ కలుసుకున్నాము.’

‘మీరిద్దరూ ఫ్రెండ్స్ కాదా? మరి సేఫ్టీ లేకుండా తనని కలిస్తే అంటు వ్యాధులు వస్తాయి కదా! కనీసం సేఫ్టీ అయినా వాడారా? వాటిని వాడకపోవడం వల్లే నా జీవితం నాశనం అయ్యిందంటూ’ తన మనసులోని బాధను చెప్పాడు. అది విన్న వారిద్దరూ ఇక నుండి మేము కూడా జాగ్రత్తగా ఉంటామన్నారు.

క్షణికావేశంలో ఇలాంటి తప్పులు చేయడం వల్ల అందమైన జీవితాన్ని నాశనం చేసుకున్నాను. నాలాగా మీరు కూడా మీ జీవితాలని నాశనం చేసుకోకండి. అయినా ముక్కు, మొఖం

తెలియని వారితో కలవడం తప్పు. మీరు "గే" లుగా ఉండటం తప్పు కాదు. ఇలాంటి పనులు చేయడమే తప్పు.

మీరు ఇలా చేయడం వల్లే మన కమ్యూనిటీపైన సమాజానికి మంచి అభిప్రాయం ఉండదు. అందుకే మనల్ని సమాజం అంగీకరించడం లేదు. మీరు నిజమైన గేయ్స్ అయితే ఎవరినో ఒకరిని సెలెక్ట్ చేసుకొని వారితోనే మీ జీవితాలను పంచుకోండి. నా లాగా తప్పు చేసి మీ జీవితాలను నాశనం చేసుకోవద్దు.

గంట క్రితం ఆత్మహత్య చేసుకోవాలని నిర్ణయించుకున్న నేను నా బాధను వారిద్దరితో ఎలా పంచుకున్నాను? ఆఖరికి నాకు ఎయిడ్స్ ఉన్న విషయం కూడా చెప్పాను. ఇది బయటకి తెలిస్తే నా పరువు, కుటుంబ పరువు పోతుందని భావించిన నేనే వారితో ఈ విషయాలన్నీ ఎలా చెప్పుకోగలిగాను? కేవలం కాసేపట్లో చనిపోతున్నా అనే ధైర్యమే నాతో అలా మాట్లాడించిందా?

నా బాధను, సమస్యల్ని వారికి చెప్పుకున్న తర్వాత ఏదో తెలియని తృప్తిగా ఉంది. వారిద్దరి ముందు నేను కూడా "గే" అని ఎంత ధైర్యంగా చెప్పగలిగాను. ఆరోజు దీపకి కూడా నేను "గే" అని చెప్పాను. తాను మొదట షాక్ అయినా నన్ను అంగీకరించింది కదా.

నేను "గే" అయితే సమాజానికి వచ్చిన సమస్య ఏంటి? ఎవరి జీవితాలు వారివి? నా గురించి వారెందుకు ఆలోచిస్తారు.

ఇక నాకు ఎయిడ్స్ ఉంటే సమాజానికి వచ్చే నష్టం ఏముంది? నేను చేసింది తప్పే. ఆ తప్పును సరిదిద్దుకోకుండా దానికి

కొనసాగింపుగా ఆత్మహత్య చేసుకోవడం ఇంకా పెద్ద తప్పు అవుతుంది.

నేను చనిపోకూడదు, బ్రతుకున్నంత వరకు గేయ్స్ కోసం, "గే" సెక్స్ గురించి నా లాంటి వారికి అవగాహన కలిపిస్తూ జీవితాన్ని ఎందుకు గడపకూడదు? నేను చేసిన తప్పు ఎవరూ చేయకూడదు. సమాజంలో గేయ్స్ కి సముచిత స్థానం కోసం పోరాడాలి.

రైల్వే స్టేషన్ నుండి బయటకి వచ్చి కొత్త జీవితాన్ని గడపడం కోసం కోరమంగళ బస్సు ఎక్కాడు.

***

యెలహంకలో శ్రీరామ్ పేరు తెలియని వారు ఉండరు. టీవీ మరియు ప్రింట్ మీడియా కూడా ఒక "గే" రాజకీయాల్లోకి వచ్చాడంటూ ప్రచారం చేశారు. రాజకీయాల్లో "గే" అంటూ న్యూస్ పేపర్స్ లో హెడ్డింగ్స్ చూసి జర్నలిజం పై అసహ్యం వేసింది. "గే" మనిషి కాదా? ఏదో వింతజీవి రాజకీయాల్లోకి వచ్చిందంటూ ప్రచారం చేయడం ఏంటి? ఏదైతే ఏంటి? తనకు కావల్సినంత ప్రచారం చేశారు. ఇప్పుడు తానొక సెలబ్రిటీ. తన ఇంటర్వ్యూ కోసం ఎన్నో యూట్యూబ్ చానల్స్ ముందుకు వచ్చాయి.

మొదట వారికి ఊరికే ఇంటర్వ్యూ ఇచ్చేవాడు. శ్రీరామ్ ఇంటర్వ్యూస్ చాలా పాపులర్ కావడంతో డబ్బు డిమాండ్ చేయడం మొదలు పెట్టాడు.

ఒక్కో ఇంటర్వ్యూ కి రెండు నుండి ఐదు వేల దాక తీసుకుంటున్నాడు. వచ్చిన డబ్బును "గే" లు ఎదుర్కునే ఆరోగ్య సమస్యలకు వినియోగించాలనుకున్నాడు. ఈ విషయం తెలిసిన కొందరు మరింత ఎక్కువగా కూడా డబ్బులు ఇచ్చేవారు.

టీవీ చానల్స్ వారు "గే" హక్కుల కోసం చర్చలు నిర్వహిస్తే తప్పకుండా శ్రీరామ్ ని పిలిచేవారు. అక్కడికి వెళ్లి 'గే' సమస్యలు, 'గే'లపై జరుగుతున్న వివక్ష, దోపిడి, ప్రభుత్వాల నిర్లక్ష్యం, సమాజ తిరస్కరణ లాంటివి చర్చించేవాడు. తనకున్న అన్ని మాధ్యమాలను ఉపయోగించుకొని "గే" హక్కుల కోసం పోరాడే క్రమంలో ఒక ఆఫర్ వచ్చింది.

"గే" థీమ్ తో షార్ట్ ఫిలిం చేయాలనుకుంటున్నాను అంటూ శ్రీరామ్ దగ్గరికి ఒక దర్శకుడు వెళ్లాడు. శ్రీరామ్ తన జీవితంలో జరిగిన సంఘటనలన్నీ చెప్పాడు.

శ్రీరామ్ కథను విన్న దర్శకుడు. షార్ట్ ఫిలింలో తననే నటించమని అడిగాడు. అయితే తన దగ్గర డబ్బులు లేవని "గే" ల బాధలను సమాజం ముందు ఉంచడానికి తన ప్రయత్నానికి అండగా ఉండమని అడగడంతో శ్రీరామ్ కూడా అదే లక్ష్యంతో పని చేస్తున్నాడు కనుక సరేనని అంగీకరించాడు.

"మై సెక్సువల్ ఓరియెంటేషన్ మై రైట్" అనే పేరుతో షార్ట్ ఫిలిం తీసి అన్ని సామాజిక మాధ్యమాల్లో పోస్ట్ చేశారు. అందులో శ్రీరామ్ వివరాలు, తాను చేస్తున్న కృషి కూడా ఉండటంతో అనేక మంది గేయ్స్ శ్రీరామ్ ని సపోర్ట్ చేస్తూ ఫోన్స్ చేశారు. రెండు రోజుల్లోనే షార్ట్ ఫిలిం వైరల్ అయ్యింది.

సినీ ఫీల్డ్ లో ఉన్న పెద్ద పెద్ద సినిమా తారలు సైతం శ్రీరామ్ షార్ట్ ఫిలిం చూసి అభినందిస్తూ ట్విట్టర్ లో పోస్టులు పెట్టారు. "మై సెక్సువల్ ఓరియెంటేషన్ మై రైట్" అనే నినాదం దేశ వ్యాప్తంగా వైరల్ అయ్యింది. ఒక్క షార్ట్ ఫిలింతో శ్రీరామ్ కి చాలా అవకాశాలు వచ్చాయి.

LGBT సమస్యలపై అనేక షార్ట్ ఫిలిమ్స్ తీయడం మొదలు పెట్టాడు. పెద్దగా ఆదాయం రాకపోయినా తన షార్ట్ ఫిలిమ్స్ కి ఎక్కువగా లైక్స్, వ్యూస్ వస్తూ ఉండటంతో ఇలాగైనా ప్రజలను చైతన్యం చేయాలనీ అనుకున్నాడు. షార్ట్ ఫిలిమ్స్ చూసి ఎందరో అభినందిస్తూ, తిడుతూ ఫోన్స్ చేసేవారు. ఒకరోజు ఎవరో తనకి ఫోన్ చేసి తనతో మాట్లాడాలని షార్ట్ ఫిలిం తీయాలనుకుంటున్నానని చెప్పాడు. శ్రీరామ్ సరేనని వివరాలు ఇచ్చి సమయం చెప్పాడు.

శ్రీరామ్ చెప్పిన సమయానికి కృష్ణ.. శ్రీరామ్ దగ్గరికి వెళ్ళాడు. తన పేరు కృష్ణ అని, తన జీవితంలో జరిగిన సంఘటనలను చెప్పుకొచ్చాడు. శ్రీరామ్ కి తెలియకుండానే కన్నీళ్లు వచ్చేశాయి. మరోవైపు కోపం కూడా వచ్చింది. ఇంత చదువుకొని కూడా "గే" అని చెప్పుకోడానికి భయం, సిగ్గు ఎందుకు? ప్రేమను చెప్పుకోలేనివాడివి ఎందుకు ప్రేమించావని? గట్టిగానే అరిచాడు.

'తాను చేసిన తప్పుకు శిక్ష అనుభవిస్తున్నానని చెప్పి కుళ్ళి కుళ్ళి ఏడ్చాడు.'

'ఏం చేయాలన్నట్టు' అతని ముఖంలోకి చూశాడు శ్రీరామ్.

'బహిరంగంగా "గే" అని చెప్పుకోవాలనుకుంటున్నాను. అంతే కాకుండా నేను చేసిన తప్పుల వల్ల నా జీవితం ఎలా నాశనమయ్యిందో చెప్పి "గేయ్స్" ని చైతన్యపరచాలనుకుంటున్న. దానికి గాను నేను ఉండటానికి కాస్త చోటు కావాలి. గేయ్స్ కోసం పోరాడుతున్న మీకు నా వంతు సహాయం అందిస్తాను.'

తన దైన్యస్థితికి తట్టుకోలేక సరేనని ఒప్పుకొని అతని కోసం విడిగా ఒక గది ఏర్పాటు చేయించాడు శ్రీరామ్. కొన్ని రోజుల తర్వాత కృష్ణ "గే" సెక్స్ వల్ల వచ్చే ఆరోగ్య సమస్యల గురించి వీడియోస్ తీసి యూట్యూబ్ లో పోస్ట్ చేశాడు. వాటిని చూసిన కర్ణాటక రాష్ట్ర ఆరోగ్య శాఖ నుండి కృష్ణకి ఫోన్ వచ్చింది. లైంగిక సమస్యలపై, "గే" సెక్స్ చేయడం వల్ల వచ్చే ఆరోగ్య సమస్యలపై ప్రజలను చైతన్యపరచడానికి కార్యక్రమాలు చేపడుతున్నామని దానికి సహాయం కావాలని అన్నారు. విషయాన్ని శ్రీరామ్ కి చెప్పాడు.

ప్రభుత్వం నిర్వహించే జిల్లా, రాష్ట్ర సదస్సుల్లో పాల్గొని ఎయిడ్స్ మరియు "గే" సెక్స్ వల్ల వచ్చే ఆరోగ్య సమస్యల గురించి ప్రజలను చైతన్యపరిచేవాడు.

అప్పుడప్పుడు ఇంటికి ఫోన్ చేసి అమెరికాలో ఉన్నట్టే మాట్లాడేవాడు. ఆత్మహత్య చేసుకోవాలనుకున్నవాడు ఇలా ఎందరినో చైతన్యపరచడం చూసి శ్రీరామ్ కి చాలా ఆనందం వేసేది. కానీ కృష్ణ కళ్ళలో ఏదో తెలియని బాధ మాత్రం ఉండేది. బహుశ! మొహమ్మదే ఆ బాధకు కారణం అయ్యుండచ్చు.

***

అప్పటికే శ్రీరామ్ యాభై షార్ట్ ఫిలిమ్స్ తీశాడు. దేశవ్యాప్తంగా తన పేరు సుపరిచితం అయ్యింది.

ప్రతి సంవత్సరం అనేక “గే” సంస్థలు ముంబైలో రెండు రోజుల పాటు కలిసి.. తాము చేసిన, చేస్తున్న, చేయబోయే పోరాటాల గురించి చర్చలు చేస్తారు. ఈ సంవత్సరం శ్రీరామ్ ని కూడా ఆహ్వానించారు. తానొక్కడినే కాకుండా తనతో పాటు మరో యాభై మంది గేయ్స్ ని పిలుచుకుపోయాడు. కీలక ఉపన్యాసం చేయమంటూ శ్రీరామ్ ని వేదిక పైకి ఆహ్వానించారు.

అందరికి నమస్కారం చేసి తాను చేసిన, చేస్తున్న, చేయబోయే పోరాటాల గురించి చెప్పాడు. ఆ తర్వాత తన ఉపన్యాసం ఇలా సాగింది.

"గే" అని తెలిసిన వెంటనే తమ పిల్లలను సైతం నడి రోడ్డులో వదిలేయడం, మరికొందరు పరువు పోతుందని చంపేయడం చేస్తున్నారు. ఇంకొందరైతే ఏదో జబ్బు చేసిందని మానసిక వైద్యులు దగ్గరికి తీసుకెళ్లి వారిని పిచ్చివాళ్లని చేస్తున్నారు. రోగులుగా చిత్రీకరించి నానా హింసలు పెడుతున్నారు. ఇలాంటి తల్లితండ్రులు మారాలంటే ప్రభుత్వాలు మాత్రమే కాదు మన లాంటి సంస్థలు పెద్ద ఎత్తున “గే” ల గురించి ప్రచారం చేయాలి.

ఈ పోరాటంలో మనతో పాటు ఇతర జెండర్స్ వారిని కూడా కలుపుకుపోవాలి. సాహిత్యవేత్తలు, మేధావులు, సెలబ్రిటీస్ పెద్ద మొత్తంలో ప్రచారం చేసినప్పుడే మొదట “గే” అంటే ఏంటో అవగాహన వస్తుంది. అది జబ్బు, రోగం కాదని తల్లిదండ్రులకు అర్థం అయ్యేలా చెప్పాలి.

మనలో చాలామంది తమ "సెక్సువల్ ఓరియెంటేషన్" ఏంటో చెప్పుకోడానికి భయపడుతున్నారు. ఎవరికీ భయపడాల్సిన అవసరం లేదు. మన "సెక్సువల్ ఓరియెంటేషన్" మన ఇష్టం. మనమేంటో మనమే బహిరంగంగా చెప్పుకోలేకపోతే ఎలా? మనమేమి దోపిడీ దొంగలం కాదు. రాష్ట్రాన్ని దోచుకుంటున్న రాజకీయ నాయకులము కాదు, వ్యాపారం పేరుతో మోసాలు చేస్తున్న పెద్ద పెద్ద వ్యాపారవేత్తలము కాదు.

అలాంటి వారే ఎలాంటి భయం లేకుండా దేశాన్ని దోచుకుంటున్నారు. మరి మనకు భయం ఎందుకు? "సెక్సువల్ ఓరియెంటేషన్" మన హక్కు, దాన్ని నిర్మొహమాటంగా బయట పెట్టండి. మగవాడు తాను మగవాడని చెప్పుకుంటున్నాడు. స్త్రీ తాను స్త్రీ అని ప్రకటించుకుంటోంది. హిజ్రాలు తాము హిజ్రాలమని చెప్తున్నప్పుడు మనమెందుకు చెప్పుకోకూడదు?.

రకరకాల సామాజిక మాధ్యమాలు ఉపయోగించి సేఫ్టీ లేని శృంగారంలో గేఞ్స్ పాల్గొంటున్నారు. దానివల్ల అనేక ఆరోగ్య సమస్యలు ఎదుర్కుంటున్నారు. మనం గేఞ్స్ గా ఉండటం తప్పు లేదు. మనకు ఇష్టమున్నవారితో కలవడం కూడా ఎవరికి అభ్యంతరం లేదు. కాని మన కంటూ ఒక కుటుంబం ఉంటుంది. వారికి కొన్ని విలువలు ఉంటాయి. వాటిని కాపాడాల్సిన బాధ్యత మనపై ఉంది.

"గే" అయితే ఎవరితోపడితే వారితో కలిస్తే ఎలా? నిజమైన గేఞ్స్ అలా చేయరు. ఇద్దరు, ముగ్గురితో కలవకూడదని

నా అభిప్రాయం కాదు. కాకపోతే సేఫ్టీ లేని శృంగారం మన జీవితాలను బలి తీస్తుంది.

ఉపన్యాసం తర్వాత పెద్దగా చప్పట్లు కొట్టారు. అక్కడున్నవారు తమకు ఒక బ్రాండ్ అంబాసిడర్ కావాలనే ప్రతిపాదన తెచ్చారు. శ్రీరామ్ తో పాటు మరో ఇద్దరు పోటీలో నిలబడ్డారు. అత్యధిక మెజారిటీతో శ్రీరామే గెలుపొందాడు. భారతదేశపు రెండవ 'గే' బ్రాండ్ అంబాసిడర్ గా శ్రీరామ్ పేరు మారుమోగింది. భారతదేశం మాత్రమే కాకుండా వివిధ దేశాల్లో ఉన్న "గే" కమ్యూనిటీలతో శ్రీరామ్ కి పరిచయాలు ఏర్పడ్డాయి.

శ్రీరామ్ తన పనుల్లో బిజీ అయిపోయాడు. దేశం మొత్తం తిరగడమే పని అయిపోయింది. వారానికో, పది రోజులకో అమ్మను చూసుకోడానికి ఇంటికి వెళ్తున్నాడు. వృద్ధాప్యంలో అమ్మకు తోడుగా లేనని బాధగానే ఉండేది శ్రీరామ్ కి. కానీ తాను చేసే పని అలాంటిది. ఆమె కూడా దాన్ని అర్థం చేసుకున్నప్పటికీ కన్న తల్లి మనసు బాధపడకుండా ఎలా ఉంటుంది? శ్రీరామ్ ఎక్కడున్నా తల్లి మాత్రం తన మనసులోనే ఉంటుంది.

అసలు తల్లి సహకారం లేకపోతే శ్రీరామ్ ఇక్కడి వరకు ఎలా రాగలడు? అమ్మ ఆరోగ్యం క్షీణిస్తోందని తెలుసు. అయితే మాత్రం ఏం చేయగలడు? శ్రీరామ్ తన పక్కనే ఉంటే బతకదు కదా! కానీ తల్లి ఆఖరి క్షణాల్లో మాత్రం తోడుగా ఉండాలనుకున్నాడు. అందుకే ఒక పది రోజుల పాటు అన్ని కార్యక్రమాలు వాయిదా వేసి అమ్మను చూసుకోడానికి బెంగళూరు చేరాడు.

ఎంత పెద్దగా కేకలు వేసేది. ఇప్పుడు నోట్లో నుండి మాటలే రావడం లేదు. ఏదో చెప్పాలనుకుంటుంది? నోట్లో నుండి మాట బయటకి రాదు. ఎంత లావుగా, దృఢంగా ఉండేదో! ఇప్పుడు కృశించుకుపోయిన శరీరంతో ఎముకల గూడులా ఉంది. తనని చూస్తుంటేనే భయమేస్తోంది.

చివరి క్షణాలు దయలేనివి. ఎంతటి వారినైన తన కబంధ హస్తాల్లో బంధిస్తాయి. అమ్మను అలా చూడలేకపోయాడు. ఒకటైతే తెలుసు ఈరోజు అమ్మ, రేపు నేను. శ్రీరామ్, పిల్లలు, సాయి అందరూ అమ్మ దగ్గరే ఉన్నారు.

మెల్ల మెల్లగా కళ్ళు కూడా మూతలు పడిపోతూ వచ్చాయి. చివరిగా ఎముక లాంటి చేతిని పైకి ఎత్తడానికి ప్రయత్నించి విఫలం అయ్యింది. ఏమిటీ అన్నట్లు? తల నిమిరాడు శ్రీరామ్. పిల్లల వైపు చూసి జాగ్రత్త నేను వెళుతున్నాను అన్నట్లు ముఖం పెట్టింది.

'శ్రీరామ్ కడుపును ఎవరో తొవ్వుతున్నట్లు అనిపించింది. బహుశ! అమ్మ కూడా తనను కంటున్నప్పుడు ఇలానే బాధపడిందేమో!'

కళ్ళు విపార్చి.. అందరినీ ఒక్కసారి చూసింది. అమ్మకు ఎంత ప్రేమో! అందరిని చూస్తూనే కళ్ళు తెరిచే ప్రాణాన్ని వదిలింది.

తల్లి మరణంతో ఒక అంకం పూర్తి అయినట్లు అనిపించింది. ఇప్పుడు అమ్మ ఒక జ్ఞాపకం, అమ్మ తన మనసు, అమ్మ తన గుండె లయ, అమ్మ తన నీడ, అమ్మ తన ఆలోచన.

"తన జీవితంలో ఉన్న ఒక్కగానొక్క స్త్రీ కూడా వెళ్ళిపోయింది. కళ్ళు మూసుకుంటే ప్రతిబింబం కనపడుతోంది."

"అది అమ్మదో, తనదో అర్థం కాలేదు శ్రీరామ్ కి."

***

కర్ణాటక రాష్ట్ర ఆరోగ్య శాఖతో ఎయిడ్స్ పై అవగాహన కార్యక్రమాల్లో పాల్గొనడం, "గేయ్స్" సమస్యల గురించి తెలుసుకొని రాష్ట్ర ప్రభుత్వానికి వాటి వివరాలు ఇవ్వడం లాంటివి చేయడం ద్వారా బెంగళూరు "గే" కమ్యూనిటీకి సుపరిచిత వ్యక్తి అయ్యాడు కృష్ణ.

ఒకప్పుడు సాఫ్ట్వేర్ ఇంజనీర్ అనీ, ఎవరినో ప్రేమించి తన జీవితాన్ని నాశనం చేసుకొని ఎయిడ్స్ బారిన పడ్డాడనీ సామాజిక మాధ్యమాల్లో కృష్ణ గురించి ట్రోలింగ్ కూడా మొదలైంది. కృష్ణ వాటిని పెద్దగా పట్టించుకోలేదు. తన జీవితం ఎలాగూ నాశనం అయ్యింది. మిగిలిన ఈ కాస్త జీవితంలో తన లాంటి వారికి ఉపయోగపడితే అంతే చాలనుకున్నాడు.

కృష్ణ గురించి కర్ణాటకకు చెందిన ప్రముఖ దినపత్రిక ప్రజావాణిలో పెద్ద ఆర్టికల్ పడింది. అది చూసి మొహమ్మద్ ఆశ్చర్యపోయాడు. కృష్ణకు ఎయిడ్స్ వచ్చిన సంగతి తెలుసుకొని కుమిలి కుమిలి ఏడ్చాడు.

తనకు చెప్పకుండా అమెరికాకు వెళ్ళిపోయాడనుకున్నాడు కానీ, ఇలా జరిగిందేమిటి? బహుశ! అందుకే అమెరికా నుండి

వచ్చేసినట్లు ఉన్నాడు. అయినా వాడు "గే" ఏమిటి? ఎయిడ్స్ రావడం ఏమిటి? పత్రికల వాళ్ళు తప్పుగా ఫోటో వేశారా? ఫోటో తప్పుగా వేయవచ్చు కాని రాసిన సమాచారం కృష్ణదే. ఇలా అనేక ప్రశ్నలు మొహమ్మద్ మనసును ఉక్కిరిబిక్కిరి చేశాయి.

వెంటనే ప్రజావాణి దినపత్రిక కేంద్ర కార్యాలయానికి కాల్ చేసి వివరాలు అడిగాడు. వాళ్ళు వేసిన ఆర్టికల్ నిజమేనని చెప్పి కృష్ణ నెంబర్ కూడా ఇచ్చారు.

'హలో ఎవరు?'

'ఎవరో మర్చిపోయావా?'

'సారీ, రాంగ్ నెంబర్' కాల్ కట్ చేశాడు కృష్ణ.

మొహమ్మద్ ఎందుకు కాల్ చేశాడు? వాడితో నేనెలా మాట్లాడను? నేను ఎంతో ఉత్తముడని అనుకున్నాడు. అలాంటిది ఇప్పుడు నాకు ఎయిడ్స్ ఉందని మొహమ్మద్ కి తెలిసి ఉంటుంది. వాడు నా గురించి ఏమనుకుంటున్నాడో? వాడితో మాట్లాడే ధైర్యం నాకు లేదు.

ఫేస్ బుక్ లోనో, ట్విట్టర్ లోనో నా గురించి చదివి ఉంటాడు. అందుకే కాల్ చేశాడు. అయినా నా నెంబర్ ఎలా తెలిసింది? పత్రిక వాళ్లకు ఫోన్ చేసి ఉండచ్చు. ఇలా అనుకుంటూ ఉండగా మొహమ్మద్ నుండి కాల్స్ వస్తూనే ఉన్నాయి. కృష్ణ కాల్ కట్ చేస్తూనే ఉన్నాడు.

'నేనేం పాపం చేశానురా? నన్ను దూరం చేస్తున్నావు. నువ్వు ఎలా ఉన్నా నా స్నేహితుడివి. దయచేసి కాల్ లిఫ్ట్ చేయి. నీతో చాలా మాట్లాడాలని' మెసేజ్ వచ్చింది.

మొహమ్మద్ మెసేజ్ చదివి కృష్ణ వెక్కి వెక్కి ఏడ్చాడు. ఏదైతే అదైందని మొహమ్మద్ కి కాల్ చేశాడు.

'హలో కృష్ణ ఎలా ఉన్నావురా? ఎక్కడున్నావు ఇప్పుడు? నేను నిన్ను కలవాలి? నీ ఆరోగ్యం ఎలా ఉంది? ఇన్ని రోజులు ఏమైపోయావు?' అని మొహమ్మద్ మాట్లాడుతూనే ఉన్నాడు.

'కృష్ణ వైపు నుండి సమాధానం లేదు. ఏడుస్తున్న శబ్దం వినపడింది.'

'కృష్ణ! ఎందుకు ఏడుస్తున్నావురా? నీకు నేను ఉన్నాను. ముందు నువ్వు ఎక్కడ ఉన్నావో? అడ్రస్ చెప్పు, నేను వస్తాను.'

'ఎలా ఉన్నావు మొహమ్మద్?'

'నేను బాగున్నాను కాని, ముందు నువ్వు ఎక్కడున్నావు? వెంటనే నిన్ను కలవాలి.'

'ప్రస్తుతం యెలహంకలో ఉంటున్నాను. నీకు అడ్రెస్ మెసేజ్ చేస్తానులే! చెప్పు అమ్మ, చెల్లి ఎలా ఉన్నారు? చెల్లి జీవితం ఎలా సాగుతోంది? ఏమైనా విశేషమా..?' 'అందరు బాగున్నారు కాని నేను ఇప్పుడే యెలహంక వస్తున్నాను. అక్కడికి వచ్చిన తర్వాత అన్ని విషయాలు మాట్లాడుకుందామని' చెప్పి కాల్ కట్ చేశాడు.

వెంటనే క్యాబ్ బుక్ చేసుకొని మొహమ్మద్ యెలహంక చేరుకున్నాడు. కృష్ణను చూసి కనుక్కోలేకపోయాడు. గట్టిగా హాగ్ చేసుకున్నాడు. "ఏంటిరా ఇలా అయ్యావు? ఎలా ఉండేవాడివి? నన్ను ఎందుకు దూరం చేసావు? అసలు ఏమి జరిగింది? పత్రికలో ఆ ఆర్టికల్ ఏంటి?

'చూడు మొహమ్మద్! ప్రస్తుతం నేను ఉన్న స్థితిలో ఏమీ చెప్పలేను. అసలు నిన్ను మళ్ళీ కలుస్తానని అనుకోలేదు. చాలా రోజుల తర్వాత నిన్ను చూశాను. నాకు చాలా ఆనందంగా ఉంది. జీవితం మనం అనుకున్నట్లు జరగదురా దాని ఫలితమే ఇది.'

'ఒకట్టైతే చెప్పగలను నేను మొదటి నుండే "గే" ని దానికి తోడు నా జీవితంలో జరిగిన వివిధ పరిణామాల వల్ల ఇప్పుడు నేనొక ఎయిడ్స్ పేషెంట్ ని. అందుకే అందరికి దూరంగా ఇక్కడ ఉంటున్నాను. నా జీవితాన్ని నేనే చేతులారా నాశనం చేసుకున్నాను. కనీసం "గే" మాత్రమే అయ్యి ఉంటే సమాజంలో నాకు తగిన గౌరవం ఉండేది. ఎయిడ్స్ రావడం వల్ల సమాజం నన్ను ఒక దుష్టుడిని చూసినట్లు చూస్తోంది. అయినా పర్వాలేదు. సమాజం నన్ను ఎంత నిందించినా, గేలి చేసినా, అవమానాలు, అవహేళనాలకు గురి చేసినా; నా ఊపిరి ఉన్నంతవరకు "గే" హక్కుల కోసం పోరాడాలి అనుకున్నాను.'

'నా విషయం వదిలేయి. అంటీ, చెల్లి ఎలా ఉన్నారు? నువ్వు పెళ్లి చేసుకున్నావా? ఇంట్లో అందరూ ఎలా ఉన్నారురా?'

'అందరూ బాగున్నారు. ఇక ఏ విషయాలు నిన్ను అడిగి ఇబ్బంది పెట్టను. నీకు ఎప్పుడు ఇష్టమైతే అప్పుడే చెప్పు.

మది దాటని మాట 95

నాకు పెళ్లి ఫిక్స్ అయ్యింది. ఇంకా డేట్ ఫిక్స్ చేయలేదు. బహుశ! ఇంకో రెండు నెలల్లో ఉండచ్చు. చెల్లికి ఇంకా పిల్లలు పుట్టలేదు. తనకు గర్భసంచిలో ఏదో సమస్య ఉందని ట్రీట్మెంట్ తీసుకుంటోంది.'

'అవునా! ఏం కాదులే చెల్లికి తప్పకుండా పిల్లలు పుడతారు. ఇంకా అదే కంపెనీలో ఉన్నావా?'

'లేదురా, మొన్నే ఇన్ఫోసిస్ లో జాయిన్ అయ్యాను.'

'సరే కాని లగేజ్ సర్దుకో రూమ్ కి వెళ్దాము. నాతోనే ఉండాలి నువ్వు. ఇక్కడ ఒంటరిగా ఎవరూ లేనివాడిగా వద్దు.'

'వద్దులేరా నాకిక్కడ ఎన్నో పనులు ఉంటాయి. అయినా నేనేమి ఒంటరిగా లేను. నాతో పాటు ఇక్కడ చాలా మంది ఉన్నారు. అందరం ఒక లక్ష్యంతో పని చేస్తున్నాము. ఇక్కడైతేనే నాకు సౌకర్యంగా ఉంటుంది. అయినా నువ్వు మాత్రం రూమ్ లో ఎన్ని రోజులు ఉంటావు చెప్పు. మరికొన్ని రోజుల్లో పెళ్లి అయిపోతుంది. ఎవరు ఎక్కడ ఉండాలో అక్కడ ఉంటేనే మంచిది మొహమ్మద్.'

'సరే కృష్ణ! నీ ఇష్టం ప్రతి వీకెండ్ నేను వస్తూ ఉంటాను. డబ్బులు ఉన్నాయి. నీ ఎకౌంటు నెంబర్ చెప్పు. క్రెడిట్ చేస్తాను.'

'నాకెందుకులేరా? ఇంకెన్ని రోజులు ఉంటాను చెప్పు. ఏం చేసుకోను ఆ డబ్బు? అయినా.. నా అవసరాలకు డబ్బు వస్తోంది. అమెరికాలో నేను సంపాదించింది బ్యాంకులో వేశాను.

నాకు అవసరం లేదు. పెళ్లి దగ్గరలో ఉంది కదా! అవసరాలు ఉంటాయి ఉంచుకో.'

'అలాంటి మాటలు ఎందుకు మాట్లాడతావు? కృష్ణ. నీ లాంటి మంచివాళ్లకు ఏమీ కాదు. నువ్వు ఎప్పుడూ అలాంటి మాటలు మాట్లాడకు. అయినా ఆ డబ్బుతో అమ్మకు ఇల్లు కట్టాలి అనుకున్నావు కదా! ఎకౌంటు నెంబర్ ఇవ్వకపోతే ఇంటికి వెళ్లి ఆంటీకి ఇచ్చేస్తాను. అమ్మతో కాంటాక్ట్ లో ఉన్నావు కదా?'

'నేను ఇంకా అమెరికాలోనే ఉన్నా అనుకుంటున్నారు అమ్మ వాళ్లు. వారానికి ఒకసారి అమ్మతో మాట్లాడుతుంటాను. ఒరేయ్ మొహమ్మద్! నాది ఒకే ఒక కోరిక. నేను ఎప్పుడు పోతానో తెలియదు. మా అమ్మను చూసుకోరా! ఒకవేళ నేను పోతే అమెరికాలోనే పోయానని, ఇక్కడికి డెడ్ బాడీ పంపలేదని చెప్పు. నా పరిస్థితి గురించి అమ్మకు తెలియకూడదు. ఈ వయసులో అమ్మకు నా విషయాలు తెలుస్తే తట్టుకోలేదు.'

'ఎన్నిసార్లు చెప్పాలిరా నీకేమీ కాదు. సమయానికి మందులు వేసుకొని ఆరోగ్యకరమైన ఆహారాన్ని తీసుకుంటే చాలు. చెత్త మాటలు మాట్లాడకు, అమ్మ గురించి నువ్వు భయపడకు. నేను అన్నీ చూసుకుంటాను.'

'అది చాలు మొహమ్మద్. నేను ఇంకా ప్రశాంతంగా ఉంటాను. ఇంట్లో అందరినీ అడిగానని చెప్పు. అప్పుడప్పుడు వస్తూ ఉండు.'

'సరే కృష్ణ నీకు ఒంటరిగా అనిపిస్తే వెంటనే రూమ్ కి వచ్చేయ్. కనీసం నీకు ఇక్కడ పనులు లేనప్పుడు నా దగ్గరకు వచ్చి ఉండు. సరే నేను వెళ్లి వస్తాను. ఆ పత్రిక వాడికి స్వీట్ బాక్స్ పంపాలి. ఆ ఆర్టికల్ వల్లే నిన్ను కలుసుకోగలిగాను. నాకు చాలా ఆనందంగా ఉంది. వెళ్లి వస్తానని' మొహమ్మద్ వెళ్ళిపోయాడు.

'నేను "గే" గా ఉండి ఉంటే ఎలాంటి సమస్యలు ఉండేవి కాదు. కేవలం క్షణికమైన సుఖం కోసం వెంపర్లాడి ఈ పరిస్థితి తెచ్చుకున్నాను. నాకు ఎయిడ్స్ లేకపోతే మొహమ్మద్ తో కలిసి ఉండే అవకాశం ఉండేది.'

గ్రైండర్, బ్లూడ్, హార్నెట్ లాంటి సామాజిక "గే" మాధ్యమాలను సరైన పద్ధతిలో వాడుకోకుండా ఇలాంటి దుస్థితిని తెచ్చుకున్నాను. మనిషి మానసికంగా చాలా దృఢంగా ఉండాలి. అలా కాకుండా ఏవేవో ఆలోచించి, దేని కోసమో ఆరాటపడితే నా లాంటి పరిస్థితే వస్తుంది.

నాది నిజమైన ప్రేమ అయ్యుంటే అంత మందితో ఎందుకు కలుస్తాను? అలా చేయడం వల్లే నా జీవితం అర్ధంతరంగా ముగిసిపోతోంది. ముఖ్యంగా నేను తప్పులు చేయడానికి ముఖ్య కారణం నా ఒంటరితనమే ఏమో! ఆ ఒంటరితనమే లేకపోతే ఇలాంటి పరిస్థితి వచ్చేది కాదు. హిజ్రా, గే, లెస్బియన్ అనే వివక్ష లేకుండా తమ పిల్లలు ఎలాంటి జెండర్ అయినా పర్వాలేదని తల్లిదండ్రులు ఆహ్వానించినట్లయితే ఇలాంటి సమస్యలు రావు.

హిజ్రాలైనా, గేయ్స్ అయినా మొదట ఎదుర్కొనే సమస్య కుటుంబంలోనే. తమ పిల్లలు హిజ్రాలు, గేయ్స్ అని తెలిసినప్పుడు

వారికి మానసికంగా అండగా ఉండి ముందుకు నడిపితే చాలా వరకు సమస్యలు తీరిపోతాయి. మా లాంటి వారు తప్పులు చేయడానికి ప్రధాన కారణం ఒంటరితనమే. దాన్ని జయించాలంటే కుటుంబం మమ్మల్ని అంగీకరించాలి.

'నేను కేవలం "గే" అయ్యి ఉంటే అమ్మకు నా విషయం చెప్పేవాడిని. నాకు ఎయిడ్స్ ఉంది. కొన్ని సంవత్సరాలే బతుకుతానని తెలిస్తే ఏ తల్లి అయినా ఎలా తట్టుకోగలదు? అందుకే అమ్మకు నా గురించి తెలియకూడదు. నేను ఇక్కడ ఆనందంగా ఉన్నాననే తాను అనుకుంటూ ఉంది. కనీసం అమ్మ కోసమైనా నేను ఆరోగ్యంగా ఉండాలి. లేదంటే అమ్మ తట్టుకోలేదు.

ప్రేమించినవారు దూరమయ్యారని ఆత్మహత్యలు చేసుకోవడం, నా లాగా జీవితాలను నాశనం చేసుకోవడం తప్పు. ప్రేమ కంటే జీవితమే గొప్పది. ఆ విషయాన్ని తెలుసుకోలేకపోయాను. యువత చేస్తున్న తప్పు ఇదే. ప్రేమ కోసం తమ విలువైన జీవితాలను బలి చేసుకుంటున్నారు.

నా విషయమే తీసుకుంటే మొహమ్మద్ కాకపోతే మరొకరు నా జీవితంలోకి వచ్చేవారు. నా తొందరపాటు వల్ల ఎంతో విలువైన జీవితాన్ని నాశనం చేసుకున్నాను. అయినా జీవితాన్ని నాశనం చేసుకున్నానని బాధపడే కంటే మిగిలిన కాస్త జీవితంలో.. నేను ఏం చేయాలనుకున్నానో అవన్నీ చేయాలి. నేను పోయిన తర్వాత నా గురించి నలుగురూ మంచిగా అనుకోవాలి. ఈ సమాజానికి ఏదైనా చేసి పోవాలి. కేవలం LGBT కమ్యూనిటీ కోసమే కాకుండా, ఎయిడ్స్

మరియు అనేక ఆరోగ్య సమస్యలు ఎదుర్కొంటున్న వారికి నా వంతు సహాయం చేయాలి.

భగత్ సింగ్ చిన్న వయసులోనే మరణించాడు. అయితే ఏంటి? దేశం కోసం ప్రాణాలు అర్పించాడు. దేశం ఇప్పటికీ భగత్ సింగ్ ని స్మరించుకుంటోంది. వ్యక్తి ఎన్ని రోజులు బ్రతికాడన్నది కాదు ఉన్నన్ని రోజులు సమాజానికి ఏం చేశాడన్నదే ముఖ్యం. నా తప్పులు గుర్తు చేసుకొని కుమిలిపోవడం కంటే నేను చేయాల్సిన పనులపై దృష్టి పెట్టాలి. నా లక్ష్యాలను చేరుకోవాలి. అవి చేస్తే నాకు పేరు వస్తుందని కాదు. నా కొచ్చినటువంటి బాధలు ఇంకెవరికీ రాకూడదు.

కుటుంబం, సమాజం మా లాంటి వారిని అక్కున చేర్చుకుంటే అదే చాలు. ప్రజల్లో ఉన్న ఊహాగానాలు, మూఢనమ్మకాలను తరిమికొట్టాలి. "గే" కల్చర్ ఇతర దేశాల నుండి మనకు వచ్చిందనే భ్రమను తొలగించాలి. భారతదేశంలో ఎన్నో శతాబ్దాల నుండే గేయ్స్ ఉన్నారు. వారు కూడా ఈ ప్రకృతిలో భాగమేనని అందరూ అర్థం చేసుకున్న నాడు ఎలాంటి సమస్య ఉండదు.

తప్పకుండా సమాజం మారుతుంది. రాబోయే రోజులో గేయ్స్ కి మంచి రోజులు వస్తాయి. దాని కోసం నేను ఏమేమి చేయాలో అవన్నీ చేస్తానని' మనసులో అనుకున్నాడు కృష్ణ.

***

"గే" అంబాసిడర్ గా శ్రీరామ్ కి మంచి పాపులారిటీ వచ్చింది. షార్ట్ ఫిలిమ్స్ చేయడం, మోడలింగ్ మొదలు పెట్టాడు.

ఒక "గే" సినిమా కూడా సైన్ చేశాడు. ఒంటరితనాన్ని ఎలా జయించాలి? సమాజానికి తమ "సెక్సువల్ ఓరియెంటేషన్" ని ఎలా బహిర్గతం చేయాలి? గేయ్స్, హిజ్రాలు కావడం నేరం కాదు. తమకు నచ్చినట్టు తమ జీవితాన్ని గడపవచ్చు అనే థీమ్ తో సినిమా తీస్తున్నారు.

భారతదేశంలో ఎన్నో సినిమాలు వచ్చాయి కాని, తొలిసారిగా మా సమస్యలు, బాధలు, కష్టాలు చెప్పుకోడానికి తీస్తున్న సినిమాలో తాను నటించడం శ్రీరామ్ కి ఆనందంగా అనిపించింది.

ఒకరోజు సినిమా షూటింగ్ లో ఉండగా కొన్ని మత సంఘాలు శ్రీరామ్ పై దాడి చేయడానికి ప్రయత్నించాయి. ఇలాంటి సినిమాల వల్ల సమాజం చెడిపోతుంది. సినిమా చూడటం వల్ల తమ పిల్లలు గేయ్స్ గా మారిపోతారని వారి వాదన. అచ్చు ఇలాగే ఎయిడ్స్ మీద కూడా అనవసర, అసత్య ప్రచారం చేసి ఎయిడ్స్ ఉన్నవారితో కూర్చున్న, మాట్లాడినా ఎదుటివారికి ఎయిడ్స్ వస్తుందని ప్రచారం చేశారు. ఎయిడ్స్ వచ్చిన రోగిని సమాజం చీదరించుకునేలా చేశారు. అదే విధంగా 'గే' లా పట్ల కూడా అనవసరమైన ఆరోపణలు చేస్తున్నారు.

'సినిమా చూస్తే గేయ్స్ అయిపోతారా? సినిమాల్లో ఆడవారు, మగవారు ఉన్నారు కదా! సినిమా చూసి ఆడవాళ్లు మగవాళ్లలాగా, మగవాళ్లు ఆడవాళ్లలాగా మారడం లేదే? అని ప్రశ్నించాడు.'

'ఆ గుంపులో నుండి ఒకతను ఆడవాళ్లు, మగవాళ్లు ప్రకృతి సహజంగా పుట్టినవారు మిగిలిన వారు అలా కాదు' అన్నాడు.

'శ్రీరామ్ కి కోపం వచ్చింది. మీరెలా సహజంగా పుట్టారో మేమూ అంతే సహజంగా పుట్టినాము. చరిత్ర, పురాణాలు చదివితే మీకే తెలుస్తుంది. గేయ్స్ గురించి అనేక పుస్తకాల్లో ఉన్నాయి. వేరే దేశాల నుండి వచ్చిన సంస్కృతి అసలే కాదు. భారతదేశంలో గేయ్స్ పురాతన కాలం నుండే ఉన్నారు. కాకపోతే నేడు ఉన్నంత సాంకేతికత నాడు లేకపోయింది. అందుకే బయటకి తెలియలేదు.'

శ్రీరామ్ మాట్లాడుతూ ఉండగానే తనపై రాళ్లు రువ్వారు. వెంటనే సినిమా బృందం శ్రీరామ్ ని అక్కడి నుండి పక్కకి తీసుకెళ్లారు. సినిమా ప్రొడ్యూసర్, డైరెక్టర్ ఇన్ని గొడవలు మనకెందుకు? సినిమా ఆపేయాలని నిర్ణయించుకున్నారు. శ్రీరామ్ ఎంత నచ్చ చెప్పినా తన మాట వినలేదు.

ఏ విషయంలోనైనా సమాజాన్ని జాగృతం చేయాలంటే సాహిత్యం, సినిమా మంచి ప్రచార సాధనాలు. ఇప్పటివరకు 'గే' సమస్యలను సామాజిక మాధ్యమాల ద్వారా ఫోకస్ చేయగలిగారు కాని, సినిమా రూపంలో వస్తే ఎంతో మార్పు వస్తుందని అనుకున్నాడు శ్రీరామ్. తన ఆశ కాస్త నీరుగారిపోయింది.

ట్రస్ట్ తో, సంస్థతో మాట్లాడి ఆ సినిమాను తానే తీయాలనుకున్నాడు. రెండు నెలల వ్యవధిలోనే సినిమాను మొదలు పెట్టాడు. ఆందోళనలు, గొడవలు, సినిమా తీయకూడదనే కోర్టు కేసుల నడుమ సినిమా ప్రారంభం చేశాడు.

శ్రీరామ్ దగ్గర ఉన్న డబ్బు మొత్తం సినిమా కోసం ఖర్చు చేశాడు. అయినా సరిపోలేదు. ఉన్న పరిచయాలతో అనేక మంది దగ్గర అప్పు చేశాడు. "గే" కమ్యూనిటీ నుండి విరాళాలు సేకరించాడు. ఎలాగైనా గేస్ సమస్యలు ప్రజలందరికీ అర్థమవ్వాలని అనుకున్నాడు.

తెలియని రంగంలో అనేక సమస్యలు ఎదుర్కొని ఆరు నెలల కాలంలోనే సినిమా పూర్తి చేశాడు. సెన్సార్ బోర్డు కూడా చాలా ఇబ్బంది పెట్టింది. బ్లూ ఫిలిమ్స్ ను కూడా ఒకే చెప్పే సెన్సార్ బోర్డు "గే" సినిమా అనగానే లక్షా తొంబై మెలికలు పెట్టింది. ఏ వ్యవస్థ అయినా డబ్బుకు దాసోహం అనే సామెత అక్షర సత్యం. అక్కడ కూడా అంతే. లంచాలు ఇచ్చి సినిమాకి సర్టిఫికేట్ తెచ్చుకున్నాడు.

ఆరు నగరాల్లో ఇరవై థియేటర్స్ లో సినిమా విడుదల అయ్యింది. రెండు రోజులు కూడా థియేటర్స్ లో సినిమా ఆడలేదు. కనీసం శ్రీరామ్ పెట్టిన పెట్టుబడి కూడా రాలేదు. తనకు అప్పు ఇచ్చినవారు డబ్బులు ఇవ్వకపోతే చంపేస్తామని బెదిరించడం మొదలు పెట్టారు. అయినా శ్రీరామ్ డబ్బు కోసం సినిమా తీయలేదు. 'గే' అనే పదం వినడానికి కూడా ఇబ్బంది పడేవారి కోసం తీశాడు.

ఆ తర్వాత సినిమాను యూట్యూబ్, నెట్ ఫ్లిక్స్, అమెజాన్ ప్రైమ్, హాట్ స్టార్, ఊట్ లాంటి మాధ్యమాల్లో సినిమాను పోస్ట్ చేశాడు. అనూహ్యమైన ఆదరణ వచ్చింది. పోస్ట్ చేసిన రోజే లక్షల్లో వ్యూస్ వచ్చాయి. అప్పుడే తెలిసింది సినిమా పరిశ్రమ కంటే సామాజిక మాధ్యమాల ద్వారే 'గే' సమస్యలను ప్రజలకు, ప్రభుత్వాలను తెలియజేయవచ్చని.

శ్రీరామ్ చెప్పాలనుకున్నది సామాజిక మాధ్యమాల ద్వారా చెప్పగలిగాడు కాని, చేసిన అప్పు తన నెత్తిపై పడింది. అక్షరాల యాభై లక్షల అప్పు ఉంది. అప్పుల వాళ్ళు తనను హింసించడం మొదలు పెట్టారు. ఎలాగైనా అప్పు తీర్చాలి. లేదంటే ఒక 'గే' మోసం చేశాడని టీవీలు, పత్రికలు ప్రచారం చేస్తాయి.

ఒకరి దగ్గర 25 లక్షలు, మరొకరి దగ్గర 7 లక్షలు, ఇంకొకరి దగ్గర 18 లక్షల అప్పు ఉంది. అందులో ఒక్కరు "గే" కావడం చేత శ్రీరామ్ ని ఎక్కువగా ఇబ్బంది పెట్టలేదు. ఉన్నప్పుడే ఇవ్వమన్నాడు. ఇక మిగిలిన ఇద్దరికీ సాధ్యమైనంత త్వరగా అప్పు తీర్చాలి. సూపర్ మార్కెట్ బాగానే జరుగుతోంది కాని అందులో అంత డబ్బు రాదు. వచ్చేది ఇంట్లో సంసారానికి, పిల్లల చదువులకే సరిపోతుంది. అందుకే శ్రీరామ్, సాయి ఏదో ఒక పని చేయాలనుకున్నారు.

ఒకరోజు కృష్ణ.. శ్రీరామ్ దగ్గరికి వెళ్లి మీరు సినిమా తీసి నష్టపోయారని నాకు తెలుసు. నేను అమెరికాకు వెళ్లి సంపాదించిన డబ్బు ఉంది. మా అమ్మ గారి కోసం ఎలాగో తన పేరు మీద కొంత డబ్బు డిపాజిట్ చేశాను. నా జీవితం ఎప్పుడైనా ముగిసిపోవచ్చు. ఆ లోపే ఈ సమాజం కోసం ఏదైనా చేయాలనుకున్నాను. అందుకే మీ దగ్గరికి వచ్చాను. నా దగ్గర ఒక పాతిక లక్షలు డబ్బు ఉంది. మీకు అవసరమైతే తీసుకోండి. మీకు వీలైనప్పుడే ఇవ్వచ్చు అన్నాడు.

కృష్ణను పట్టుకొని బోరున ఏడ్చేశాడు. ఒక్క క్షణం పాటు కృష్ణలో తనకు వాళ్ల అమ్మ కనపడింది. అయితే కృష్ణ శ్రీరామ్ దగ్గర ఒక ఒట్టు తీసుకున్నాడు. తన మరణాన్ని ఎవరికీ తెలియనీయకూడదని, తనకు ఏదైనా అయితే అమ్మ తట్టుకోలేదని.

తన తర్వాత అమ్మను వాళ్ల అమ్మను శ్రీరామ్ చూసుకోవాలని అన్నాడు.

శ్రీరామ్ కి చాలా ఆనందం వేసింది. తనకు ఎలాగూ అమ్మ దూరమయ్యింది. ఆ బాధ తనలో రగులుతూనే ఉంది. కాకపోతే మరణం సర్వ సాధారణం. ఎవరైనా ఎన్ని రోజులు ఉండగలరు? అనుకున్నాడు. ఇప్పుడు కృష్ణ ద్వారా తనకు మళ్ళీ అమ్మ దొరికింది అనుకున్నాడు. అప్పటి నుండి కృష్ణ వాళ్ల అమ్మతో ఫోనులో మాట్లాడుతూ ఉండేవాడు. వారిద్దరు అమెరికా నుండే ఫోన్ చేస్తున్నారని అనుకునేది కృష్ణ వాళ్ల అమ్మ. అసత్యాలు చెప్పి ఒక తల్లిని మోసం చేస్తున్నాను అనుకునే వాడు శ్రీరామ్. కానీ తల్లి ఆనందం కోసం ఏదైనా చేయవచ్చుని సర్ది చెప్పుకునేవాడు.

***

రోజు రోజుకి కృష్ణ ఆరోగ్యం క్షీణిస్తూ వస్తోంది. మంచి మందులు వాడుతున్నప్పటికీ శరీరం నిరసించిపోతూ ఉంది. అసలు నడవలేకపోయాడు.

ఒక వైపు అమ్మ గురించి ఆలోచనలు, మరో వైపు జీవితాన్ని నాశనం చేసుకున్నాను అనే దిగులు ఎక్కువైపోయింది. ఎంత దిగులు పడకూడదనుకున్నా ఆ ఆలోచనల నుండి బయట పడలేకపోయాడు. మొదట్లో ఉత్సాహంగా అనేక కార్యక్రమాల్లో పాల్గొన్న కృష్ణ రాను రాను రూమ్ నుండి బయటకి కదలలేకపోతున్నాడు. ఎప్పుడు నిద్రపోతున్నాడో? ఎప్పుడు లేస్తున్నాడో? తనకే అర్థం కావడం లేదు. కళ్ళు కూడా సరిగ్గా కనిపించడం మానేశాయి.

మందులు వేసుకోవడం కూడా మానేశాడు. తనకు అర్థం అయ్యింది ఇక తాను ఈ లోకంలో ఉండలేడని.

ఒకరోజు మొహమ్మద్ కృష్ణ దగ్గరకు వచ్చాడు. కృష్ణ పరిస్థితి చూసి బోరున విలపించాడు.

'ఈ దేవుడు మంచివారికే ఇలాంటి బాధలు కలిపిస్తాడు కృష్ణ. ఆ అల్లా లేడు ఏం లేడు. ఇదంతా బూటకం. నిజంగా దేవుడే ఉంటే నీకు ఇలాంటి పరిస్థితి వస్తుందా? ఆ దేవుడికి మనసు లేదు. కనికరం లేనివాడిని మొక్కడం దండగ' అంటూ గట్టి గట్టిగా అరిచాడు.

'మొహమ్మద్, నేను చేసిన తప్పుకు ఆ దేవుడిని నిందించడం ఎందుకు చెప్పు? చేసిన తప్పులకు శిక్ష అనుభవిస్తున్నాను. నువ్వేలా ఉన్నావు? చెల్లి, అమ్మ ఎలా ఉన్నారు? నా కంటూ మీరు తప్ప ఎవరున్నారు? నేను పోతే నువ్వు తప్పకుండా రావాలి.'

'అలాంటి మాటలు మాట్లాడకు కృష్ణ.. నీకేమి కాదు. అయినా నువ్వు ఇక్కడ ఉండటం నాకు ఇష్టం లేదు. ఇక నేను చెప్పినట్టు నువ్వు వినాల్సిందే. నేను మారతహళ్లిలో ఇల్లు కట్టాను. ఇక నుండి నువ్వు నాతో పాటే ఉండాలి. నాకు పెళ్లి ఖాయమైంది, అందుకే నీ దగ్గరకు వచ్చాను. వచ్చే నెల 24న నా నిశ్చితార్థం.'

'చాలా సంతోషకరమైన వార్త చెప్పావురా. నీ జీవితం నిండుగా ఉంటే అంతే చాలు. ఈ సమయంలో నేను అక్కడ ఉండటం మంచిది కాదు. అన్ని ఏర్పాట్లు బాగా జరుగుతున్నాయా?'

'బాగానే జరుగుతున్నాయిలే కృష్ణ. నువ్వు నా మాట విని నాతో పాటు రావచ్చు కదా! ఎందుకిలా ఒంటరిగా ఉండటం? ఒంటరితనం జీవితం మీద విరక్తి కలిగిస్తుంది. నీకు నేను ఉన్నాను. అంత సర్దిపెట్టుకో. వచ్చే ఆదివారం నేను వచ్చి పిలుచుకుపోతాను. ఇంకేమి మాట్లాడకు' అంటూ అక్కడి నుండి వెళ్ళిపోయాడు.

మొహమ్మద్ వెళ్ళిన వెంటనే రకరకాల ఆలోచనలతో కృష్ణకు నిద్రపట్టలేదు. తెల్లవారుజామున ఎప్పుడో నిద్రపోయాడు. మరుసటి రోజు మధ్యాహ్నం నిద్రలేచి రెడీ అయ్యాడు. బయటకి వెళ్లి అలా ఎండకు తిరగాలనుకున్నాడు. తల దువ్వుకుంటూ అద్దంలో తన ముఖాన్ని చూసుకున్నాడు.

తనను తానే గుర్తు పట్టలేనంతగా మారిపోయాడు. ఒకప్పుడు ఎంత అందంగా ఉండేవాడు. శరీరంపై ఎంతో శ్రద్ధ పెట్టేవాడు. ఒక చెడ్డ అలవాటు కూడా లేదు. తన చుట్టూ ఉన్నవారిని ఆనందంగా ఉంచే వాడు. జీవితం పట్ల ఎన్నో కలలు కన్నాడు. మొహమ్మద్ తో కలిసి జీవితాన్ని పంచుకోవాలనుకున్నాడు. అనుకున్నది ఒకటి జరిగింది ఒకటని కుమిలి కుమిలి ఏడ్చాడు.

వేశ్యకీ, నాకు పెద్ద తేడా లేదు. నిజం చెప్పాలంటే వేశ్య తన పొట్ట కూటికి, తనకు తెలియకుండానే వేశ్యగా మారుతుంది. మరి నేను? ఇంత చదువు చదువుకొని కూడా ఇంత మందితో కలవడం ఏంటి? మొహమ్మద్ ని నేను నిజంగా ప్రేమించి ఉంటే ఇలాంటి పనులు ఎలా చేయగలిగాను? అది ప్రేమ కాదు. ఎంత మాత్రం ప్రేమ కాదు. నాకు మొహమ్మద్ మీద ఉన్నది వ్యామోహం. ప్రేమ ఉంటే అలాంటి తప్పులు చేసేవాడిని కాదు.

లేదు లేదు నాది వ్యామోహం కాదు. వ్యామోహం అయితే మొహమ్మద్ నాతో పాటే కలిసి ఉన్నాడు కదా. నేనెప్పుడూ మొహమ్మద్ ని ఇబ్బంది పెట్టలేదు. కనీసం తనతో శారీరకంగా ఉండాలని కూడా అనుకోలేదు. నాకు మొహమ్మద్ అంటే ప్రేమే. లేదంటే ఎలాగూ నాకు దగ్గరౌతాడు కదా! అని అలాంటి ఆలోచనలు చేయలేదేమో!.

మొహమ్మద్ మీద ప్రేమే లేకపోతే మొహమ్మద్ గురించి, తన అమ్మ, చెల్లి గురించి ఎందుకు ఆలోచిస్తాను? తన కుటుంబం ఆనందంగా ఉండాలని ఎందుకు అనుకుంటాను? నాది వ్యామోహమే అయితే! ఎప్పుడో ఒకసారి మొహమ్మద్ ని బలవంతం పెట్టేవాడిని. అలా ఎప్పుడూ జరగలేదు. తనతో స్వేచ్ఛగా జీవితాన్ని పంచుకోవాలనుకున్నాను. అయితే ప్రేమ ప్రేమతో జయించాలి కాని తన కుటుంబానికి సహాయం చేయడం ద్వారా కాదు.

నాదే తప్పు.. మొహమ్మద్ "గే" కాదు. ఆ విషయం తెలుసుకోకుండా తనను ప్రేమించాను. తాను దూరం అవుతాడని కుమిలిపోయాను. ఆ బాధలో నేను చేసేది తప్పని తెలుసుకోలేకపోయాను. నాకు తెలియని వారితో విశృంఖల శృంగారంలో పాల్గొన్నాను. కనీసం సేఫ్టీ వాడాలన్న ఇంగితం లేకుండా పోయింది. అదే నేను చేసిన పెద్ద తప్పు. నన్ను నేను కంట్రోల్ చేసుకొని ఉంటే ఇదంతా జరిగేది కాదు. నేను చేసిన తప్పుకు నాతో పాటు నా తల్లి, కుటుంబం కూడా శిక్ష అనుభవిస్తుంది.

నేను తప్పు చేసి అమ్మకు కడుపుకోతను మిగిల్చాను. ఎంతో కష్టపడి కడుపు మాడ్చుకొని నన్ను చదివించిన అమ్మకు

తీరని ద్రోహం చేశాను. నేను చనిపోకముందే అమ్మ దగ్గరకు ఒకసారి వెళ్ళాలి. తన కొడుకును ఆఖరి సారిగా చూసుకోవాలని ఏ తల్లి అయినా అనుకుంటుంది. అమ్మ దగ్గరకు వెళ్ళాలి.

అమ్మ నన్ను చూసి తట్టుకోగలదా!? లేదు అసలు తట్టుకోలేదు. అయినా వెళ్ళాలి. నాకెందుకో నేను ఎక్కువ రోజులు ఉంటానని అనిపించడం లేదు. అమ్మ దగ్గర కొన్ని రోజులు ఉండి వస్తే నేను మనశ్శాంతిగా ఈ లోకాన్ని వదిలి వెళ్ళిపోగలను. కాని అమ్మకు ఏమని చెప్పాలి? ఎందుకిలా అయిపోయావు అంటే? ఏమని సమాధానం చెప్పాలి? చివరి రోజుల్లో అమ్మ దగ్గరికి వెళ్ళి బాధపెట్టినవాడిని అవుతానేమో! పర్వాలేదు కనీసం నన్ను చివరిసారిగా చూస్తుంది. నేను ఇంటికి వెళ్ళకపోతే అంత కంటే ఎక్కువ బాధపడుతుంది. ఏదైతే అది అయ్యింది. రేపు ఉదయాన్నే ఇంటికి వెళ్ళాలని నిర్ణయించుకున్నాడు.'

***

కృష్ణ దగ్గర నుండి డబ్బులు తీసుకొని అప్పులు తీర్చాడు. శ్రీరామ్ దగ్గర నుండి డబ్బే రాదేమో అనుకున్నవారు డబ్బు ఇచ్చిన వెంటనే ఎంతో ప్రేమగా మాట్లాడినారు. డబ్బు మనిషిని ఎలా అయినా మారుస్తుందని అనుకున్నాడు శ్రీరామ్. అయినా వారిని నిందించి లాభం లేదు. వారి డబ్బు వారికి ఇవ్వాలి, ఇచ్చేశాడు. సమయానికి శ్రీరామ్ ని నమ్మి అంత డబ్బు ఇవ్వడమే గొప్ప. తాను అనుకున్నది అనుకున్నట్లు చేశాడు. ఇక కృష్ణకు డబ్బులు తిరిగి ఇవ్వాలి. సమయానికి ఆదుకున్నాడు. కృష్ణ సహాయం చేయకపోయి ఉంటే చాలా ఇబ్బందులు పడేవాడిని అనుకున్నాడు శ్రీరామ్.

శ్రీరామ్, సాయి కలిసి వారికి తెలిసిన ఒక డైరెక్టర్ దగ్గరికి హైదరాబాద్ వెళ్లారు. సినిమాల్లో వేషాలు ఉంటే ఇవ్వమని అడిగారు. ఆ డైరెక్టర్ 'సినిమాలు లేవు కానీ ఒక పని ఉంది చేస్తారా?' అని అడిగాడు.

'ఏంటి అన్నట్టు?' ఇద్దరు అతని వైపు చూశారు.

'ఏమి లేదు సినిమా పరిశ్రమలో కొంతమంది బైసెక్సువల్స్ ఉన్నారు. వారికి గేయ్స్ తో గడపడం అంటే ఇష్టం. మీకు చాలా మంది గేయ్స్ పరిచయమై ఉంటారు కనుక వారిని నాకు సరఫరా చేస్తే మీరు లక్షల్లో డబ్బు సంపాదించుకోవచ్చు.'

ఒక్క క్షణం పాటు శ్రీరామ్ కి ఏమి అర్థం కాలేదు. ఫిమేల్ ట్రాఫికింగ్ గురించి తెలుసు కాని ఇలా గేయ్స్ ని కూడా వ్యభిచార కూపంలోకి లాగుతున్నారా! అనుకున్నాడు. ఎలాగైనా ఈ విషయాన్ని సమాజానికి తెలియజేయాలి. ఆ డైరెక్టర్ కి ఏమాత్రం అనుమానం రాకుండా 'సరే మీరు చెప్పినట్లే చేస్తాను. కాకపోతే ముందు నేను, సాయి చేస్తాము. ఆ తర్వాత కావాలంటే నాకు తెలిసిన వాళ్ళని మీ దగ్గరికి పంపుతాను.'

వారక్కడ ఉండగానే డైరెక్టర్ ఎవరికో ఫోన్ చేసి 'బాబు.. ఫ్రెష్ మాల్ 'గే' సెలబ్రిటీ ఉన్నాడు. మీకు ఒకే అయితే రాత్రికి ఏర్పాటు చేస్తానని మాట్లాడాడు.'

తానేమి చేస్తున్నాడో సాయికి అర్థం కాలేదు. అయినా తనకు శ్రీరామ్ మీద ఎంతో నమ్మకం. ఇలాంటి పనికిమాలిన పనులు

శ్రీరామ్ చేయడని తెలుసు. అందుకే ఏమి మాట్లాడకుండా జరుగుతున్నది వింటున్నాడు.

'డైరెక్టర్ ఫోన్ కట్ చేసి. మీ పంట పడింది. 'బాబు' ఈరోజే అవుట్ డోర్ షూటింగ్ పూర్తి చేసుకొని ఇండియా వస్తున్నాడు. రాత్రికి శాంతి నగర్ లో ఉన్న నా గెస్ట్ హౌస్ కి వచ్చేయండి.

'బాబు' కి 'త్రీ సం' అంటే చాలా ఇష్టం. మిమ్మల్ని ఇద్దరినీ రమ్మన్నారు. ఇద్దరికీ కలిపి యాభై వేల రూపాయలు ఇస్తాడు. బాబుకు మీరు నచ్చితే లక్షలు సంపాదించుకోవచ్చు.'

సరే అన్నట్లు తల ఊపి మీరు చేస్తున్న సహాయానికి రుణపడి ఉంటామని చెప్పి అక్కడి నుండి కదిలారు శ్రీరామ్, సాయి.

సాయికి ఏం చేయాలో? వివరంగా చెప్పాడు శ్రీరామ్. ఇద్దరూ కలిసి గెస్ట్ హౌస్ కి వెళ్ళారు. అతను ఒక ప్రముఖ హీరో. శ్రీరామ్ అసలు ఊహించలేదు. ఆ హీరో బైసెక్సువల్ అయితే శ్రీరామ్ కి అభ్యంతరం లేదు కాని ఈ విధంగా డబ్బును ఎరగా చూపి గేయ్స్ ని శారీరకంగా ఉపయోగించుకోవడం తప్పనిపించింది. బెడ్ రూమ్ లో కూర్చోబెట్టి 'మీరిద్దరూ ఈరోజు రాత్రి నాకు బానిసలుగా వ్యవహరించాలి. నాకు వైల్డ్ గా ఉండటం ఇష్టం. నేను చెప్పినట్టు చేస్తే మీరు అనుకున్న దానికంటే ఎక్కువగా ఇస్తాను.'

తన అంగాన్ని మరియు ఇతర శరీర భాగాలను లిక్, బ్లో చేయాలనీ రకరకాల కోరికలు చెప్పుకుంటూ పోతున్నాడు. శ్రీరామ్ మనసులో ఏవేవో ఆలోచనలు మొదలయ్యాయి.

ఈ విషయంలో స్త్రీలకు, గేఁస్ కి పెద్ద తేడా లేదనిపించింది. స్త్రీలను ఏ విధంగా అయితే వ్యభిచార కూపంలో దింపి, వారి శరీరాలను వస్తువులుగా చేసి అనుభవిస్తున్నారో "గేఁస్" బలహీనతలను, అవసరాలను క్యాచ్ చేసుకొని ఇలాంటి దారుణాలకు ఒడి గడుతున్నారు. ఇది బయటి ప్రపంచానికి తెలియాలి. లేదంటే ఎంతో మంది గేఁస్ జీవితాలు నాశనం అవుతాయి. ఆ క్షణం ఎందుకో కృష్ణ గుర్తు వచ్చాడు. తాను కూడా బలహీన క్షణాలలోనే ఇలాంటి తప్పుడు పనులు చేసి జీవితాన్ని నాశనం చేసుకున్నాడు.

సినీ పరిశ్రమలో కొందరు స్త్రీలను శారీరకంగా వాడుకుంటున్నారని అందరికీ తెలుసు. గేఁస్ ని కూడా ఇలా చేస్తున్నారన్న సంగతి సమాజానికి తెలియాలి. ఇలాంటి పనులు గేఁస్ చేయకూడదు. ఇలా చేయడం వల్ల LGBT కమ్యూనిటీకి చెడ్డ పేరు వస్తుంది.

హిజ్రాలు యాచకం, వ్యభిచారం, దోపిడీ చేస్తారనే చెడ్డపేరు సమాజంలో ఉన్నది. అందుకే హిజ్రాలను సమాజం అంగీకరించడం లేదు. నిజానికి వారిని అలా మార్చేసింది ఈ సమాజమే. వారికి ఎలాంటి అవకాశాలు ఇవ్వకుండా చేయడం వల్లే అలా కొందరు మారిపోయారు. కొందరు చేసిన తప్పులను జాతికి అంటగట్టడం సమాజానికి అలవాటే.

శ్రీరామ్ తన ఆలోచనలలో ఉండగానే 'ఏమైంది? నేను చెప్పినట్లు చేస్తారా? అని అడిగాడు. శ్రీరామ్ సరే అన్నట్లు తల ఊపాడు. నేను చాలా మంది మహిళలతో శృంగారం చేశాను.

కాకపోతే వాళ్ళు నేను చెప్పినట్లు చేయడానికి ఒప్పుకోవడం లేదు. అదే గేయ్స్ అయితే నేను ఎలా చెపితే అలా చేస్తారని గేయ్స్ తో కలవడం అలవాటు చేసుకున్నాను.'

శ్రీరామ్ కి విపరీతమైన కోపం వచ్చింది. గేయ్స్ కి కూడా మనసు ఉంటుంది. వాళ్లకి ఇష్టం లేకుండా ఏ పని చేయరు. ఎవరో కొందరు అలా చేసినంత మాత్రాన గేయ్స్ అందరూ అలానే ఉంటారని అనుకోవడం తప్పని చెప్పాలనుకున్నాడు. కాని అతనితో గొడవ పెట్టుకోవడం తనకు ఇష్టం లేదు. అతని ద్వారా అనేక విషయాలను తెలుసుకోవాలని అనుకున్నాడు. అతని ద్వారా వీలైనంత సమాచారాన్ని తెలుసుకోవాలనే ఇక్కడికి వచ్చాడు. సినీ పరిశ్రమలో ఎంతో మంది ఇలాంటి వారు ఉన్నారని అతని ద్వారా తెలుసుకున్నాడు.

ముందనుకున్న ప్లాన్ ప్రకారమే శ్రీరామ్ మొబైల్ లో అతను మాట్లాడిన మాటలన్నీ రికార్డు చేశాడు. సాయి తన మొబైల్ కెమెరాతో వీడియో కూడా తీశాడు. ఎలా తెలిసిందో ఏంటో సాయి వీడియో తీస్తున్నాడని తెలుసుకున్నాడు. వెంటనే మీరెవరు? ఎందుకు? వీడియో తీస్తున్నారని గట్టిగా అరిచాడు. వారిని కొట్టడానికి మీదకు వెళ్ళాడు. ఇద్దరు ఉన్నారు కనుక వెంటనే అతణ్ణి పట్టుకొని చేతులు, కాళ్లు కట్టేసారు. వెంటనే పోలీసులకి ఫోన్ చేసి చెప్పారు. పదహైదు నిమిషాల్లో పోలీసులు వచ్చారు. జరిగినదంతా చెప్పి వెంటనే అరెస్ట్ చేయమని చెప్పాడు శ్రీరామ్.

మొదట పోలీసులు శ్రీరామ్, సాయిని అరెస్ట్ చేయాలనుకున్నారు. శ్రీరామ్ ఇండియన్ 'గే' బ్రాండ్ అంబాసిడర్

అని, సినిమా కూడా తీశాడని, యాక్టివిస్ట్ అని తెలుసుకొని సినిమా హీరోని అదుపులోకి తీసుకున్నారు.

శ్రీరామ్, సాయి పోలీసులతో పాటే పోలీస్ స్టేషన్ కి వెళ్ళారు. పోలీసులు శ్రీరామ్ కి సర్ది చెప్పి అతనిపై కేసు లేకుండా చేయడానికి ప్రయత్నం చేశారు. శ్రీరామ్ ఎంతమాత్రం ఒప్పుకోలేదు. పరిస్థితి చేయిదాటి పోతుందని వెంటనే బెంగుళూరు 'గే' రైట్స్ అసోసియేషన్ కి కాల్ చేసి గేయ్స్ అందరినీ పోలీస్ స్టేషన్ కి రమన్ని చెప్పాడు.

అరగంటలో దాదాపు యాభై మంది గేయ్స్ అక్కడికి వచ్చారు. శ్రీరామ్ కి తెలిసిన 'గే' లాయర్ కూడా వచ్చారు. ఆయన వారితో మాట్లాడగానే సదరు హీరోపై కేసు నమోదు చేశారు.

ఈ విషయంలో శ్రీరామ్ ఆ హీరోను దోషిగా చూపించాలని అనుకోవడం లేదు. గేయ్స్ కూడా స్త్రీల లాగే ఇలాంటి ఇబ్బందులు పడుతున్నారని సమాజానికి తెలియజేయాలనుకున్నాడు. శ్రీరామ్ ప్రతి ఆలోచన అలానే ఉంటుంది. ప్రజలు గేయ్స్ గురించి ఊహించుకుంటున్నది వేరు. వాస్తవానికి జరుగుతున్నది వేరు.

సమాజానికి నిజాలు తెలియాలి. అదే తన లక్ష్యం. ఎవరో ఒకరు తప్పు చేస్తే దాన్ని జాతి మొత్తానికి అంటగట్టి అందరూ అలాంటి వారేనని ప్రచారం చేసేవారికి ఈ విషయాలు తెలియాలి.

పురుషులందరూ కామాంధులు కాదు, మహిళలందరూ మంచి వారూ కాదు. అన్ని జాతుల్లోనూ అన్ని రకాల మనుషులు ఉన్నారు.

హీరోపై కేసు నమోదు చేసి విచారణ చేశారు. పత్రికలు, టీవీ చానెల్స్ ఆ విషయాన్ని బాగా ప్రచారం చేశాయి. కేవలం సినీ పరిశ్రమలో మాత్రమే కాదు ఇలాంటివి అన్ని చోట్ల ఉన్నాయనే విషయం తెలిసింది. పోలీసులు వారందరినీ విచారించి తగిన చర్యలు తీసుకున్నారు.

***

ఉబర్ లో క్యాబ్ బుక్ చేసుకొని ఇంటికి బయలు చేరాడు కృష్ణ. ప్రయాణంలో ఒకటే ఆలోచనలు తనను అమ్మ చూస్తే బాధపడుతుంది. ఎందుకిలా అయిపోయావని ప్రశ్నల వర్షం కురిపిస్తుంది. అమ్మ దగ్గరకు వెళ్ళకుండా ఉండలేడు. ఎందుకో అమ్మ దగ్గరే ఉండాలనిపిస్తుంది. ఎవరికైనా అంతే, ఏదైనా బాధ కలిగితే అమ్మ ఒళ్లో తల పెట్టి పడుకోవాలనిపిస్తుంది. ఎందుకంటే? ఏ బాధనైనా మర్చిపోడానికి అదొకటే సరైన నిలయం.

బెంగళూరు నుండి నాలుగు గంటల ప్రయాణం కృష్ణ ఊరికి. ప్రయాణం మొత్తంలో అమ్మతో తనుకు ఉన్న జ్ఞాపకాలే గుర్తుకు వస్తున్నాయి. డ్రైవర్ ని ఏ.సి ఆఫ్ చేయమని చెప్పాడు. రూమ్ లో ఒంటరిగా ఉండీ ఉండి బయటి వాతావరణం మిస్ అయినట్టు అనిపించింది. కార్ కిటికీ కాస్త కిందికి దించి కళ్ళు మూసుకున్నాడు. అమ్మతో తనకు ఉన్న జ్ఞాపకాలు ఒక్కొక్కటిగా మననం చేసుకున్నాడు.

బ్యాగ్ వేసుకొని స్కూల్ కి వెళుతుంటే ఎన్నెన్ని కలలు కనేదో. నా కొడుకు పెద్ద డాక్టర్ కావాలని కోరుకునేది. అమ్మ కలను తాను నిజం చేయలేకపోయాడు. అమ్మకు డాక్టర్స్ అంటే చాలా

ఇష్టం. ఒకరికి ప్రాణం పోసే వారు దేవుళ్లతో సమానం అనేది. అప్పట్లో వారికున్న ఆర్థిక పరిస్థితి వల్ల అది కుదరలేదు. వాళ్ల వీధి చివర డిగ్రీ కాలేజ్ ఉండేది. బ్యాగ్ వేసుకొని స్కూల్ కి వెళ్ళేటప్పుడు అదే సమయానికి డిగ్రీ స్టూడెంట్స్ కూడా కాలేజికి వెళ్ళేవారు. తనని ఎత్తుకొని చాలా మంది ముద్దాడేవారు.

తన కొడుకును అంత మంది ఇష్టపడుతున్నారని ఆనందపడుతూనే ఇంట్లోకి రాగానే కొబ్బెర దిష్టి, జడ దిష్టి, పరక పుల్లల దిష్టి తీసేది. ఇప్పటికి దిష్టి తీస్తుంది. ఇప్పుడు తాను ఇంటికి వెళ్ళగానే మొదట అమ్మ చేసేది దిష్టి తీయడమే.

ఒకరోజు ఇంటి ముందు ఆడుకుంటూ ఉంటే ఒక స్కూటర్ వాడు గుద్ది ఆమడ దూరం తనను స్కూటర్ తో పాటు లాక్కొని పోయాడు. కృష్ణ స్పృహ తప్పి పడిపోయాడు. అందరూ ఇంక్కెక్కడ పిల్లోడు, బ్రతకడం కష్టం చనిపోతాడు అన్నారు.

అప్పుడు అమ్మ చాలా బాధపడిందని కృష్ణకు చెప్తూ ఉండేది. రెండు రోజులు అన్నమే తినలేదట. తాను తేరుకొని మాట్లాడే వరకు తన ప్రాణం ఆగిపోయినంత పని అయ్యింది అంట. అయితే తను ఎప్పుడూ అమ్మను ఏ విషయంలో ఇబ్బంది పెట్టలేదు. అందుకే అమ్మకు తానంటే చాలా ఇష్టం. పిల్లలు ఇబ్బంది పెట్టినా, పెట్టకపోయినా తల్లి ప్రేమ తరిగేది కాదు. పిల్లలు ఎలాంటి వారైనా, ఎంతటి వారైనా అమ్మ ప్రేమలో మాత్రం మార్పు ఉండదు.

ప్రయాణం ఎంతకూ ముందుకు సాగడమే లేదు. త్వరగా అమ్మ దగ్గరికి వెళ్ళాలనిపిస్తోంది కృష్ణకు. అమ్మ చేతివంట తిని ఎన్ని రోజులైందో! అమ్మ చేసే ముద్ద పప్పులో నెయ్యి కలుపుకొని

తినాలనిపిస్తోంది. కనీసం అమ్మ దగ్గర ఒక పది రోజుల పాటు ఉండాలి. మళ్ళీ వెళ్లగలనా?

“సార్ మీ డెస్టినేషన్ వచ్చింది.”

***

ఎవరో ఫోన్ చేసి సార్ సార్ అంటున్నాడు.

‘ఎవరయ్యా ఏం కావాలి? ఎందుకు కంగారు పడుతున్నావు? నాకెందుకు కాల్ చేసావు? అంటూండగానే సార్ పొద్దునే మీ ఇంటి నుండి కృష్ణ గారిని క్యాబ్ లో తీసుకొచ్చాను. ఆయన ఆయన అని నీళ్ళు నమిలాడు.’

‘కృష్ణ ఇక్కడే ఉన్నాడు కదా! క్యాబ్ లో వెళ్ళడం ఏమిటి? అసలు నువ్వు ఎవరు? ఎందుకు ఫోన్ చేశావని విసుక్కున్నాడు.’

నేను ఉబెర్ కార్ డ్రైవర్ అండి. పొద్దునే మీ ఇంటి నుండి కృష్ణ గారిని కార్ లో తీసుకొచ్చాను అనగానే శ్రీరామ్ కి విషయం అర్థమయ్యింది. కృష్ణ తనకు చెప్పకుండా ఇంటికి వెళ్లినట్టు ఉన్నాడు అనుకోని..

‘హా! చెప్పు కృష్ణకు ఏమైంది?’

‘సార్.. ఆయన కార్ లో చనిపోయారు.’

‘శ్రీరామ్ గుండెలు బద్దలయ్యాయి. ఏంటి నువ్వు అనేది అన్నాడు?’

‘అవును అండి. వెనుక సీట్లో పడుకున్నారని అనుకున్నాను. లొకేషన్ కి రీచ్ అవ్వగానే పిలిస్తే పలక లేదు. తీరా చూస్తే చనిపోయి ఉన్నారు. నాకు వారి ఇల్లు తెలియదు. సార్ ఇంట్లో వాళ్ళ నెంబర్ ఇవ్వండి . ఇంటి దగ్గర శవాన్ని దించుతాను.’

శ్రీరామ్ కి కాళ్లు, చేతులూ ఆడటం లేదు. ఊపిరి పీల్చుకోవడం కూడా కష్టంగా అనిపించింది. వెంటనే తేరుకొని క్యాబ్ డ్రైవర్ కి అడ్రస్ చెప్పాడు. ఆ వెంటనే మొహమ్మద్ కి ఫోన్ చేసి చెప్పాడు. శ్రీరామ్, సాయి, మొహమ్మద్ కలిసి కృష్ణ ఇంటికి చేరుకున్నారు.

అప్పటికే కృష్ణ వాళ్ల అమ్మ స్పృహ తప్పి పడిపోయింది. ఇంట్లో వాళ్లను ఓదార్చడం ఎవరి వల్ల కాలేదు. మరణం అంటే సాధారణం అనుకునే శ్రీరామ్ కూడా ఏడ్చేశాడు.

“కృష్ణ మృతదేహం దగ్గర కూర్చొని ఒరేయ్ కృష్ణ ఎంతసేపు పడుకుంటావు? త్వరగా లేచి పళ్ళు తోముకో, ఆఫీస్ కి వెళ్ళాలి. ఈరోజు స్క్రమ్(మీటింగ్) ఉంది కదా! మరిచిపోయావా! ఎప్పుడూ పొద్దునే లేస్తావు కదా! ఇప్పుడేంటి ఇంకా పడుకున్నావు. ఈరోజు జిమ్ కి కూడా వెళ్ళలేదు. ఈ మధ్య బాగా మారిపోతున్నావు కాస్త కూడా టైం సెన్స్ లేకుండా పోతోంది” అంటూ మొహమ్మద్ పిచ్చి పట్టినట్లు ఏదేదో మాట్లాడాడు.”

ఎంత సమాలించినా ఆ పిచ్చి మాటలు మాట్లాడటం ఆపడం లేదు. శ్రీరామ్ కి చాలా భయం వేసింది.

మిగిలిన కార్యక్రమాలన్నీ శ్రీరామ్, సాయి చూసుకున్నారు. ఎక్కువ ఆలస్యం చేయకుండా సాయంత్రానికే దహన కార్యక్రమం ముగించేశారు.

కృష్ణ వాళ్ల అమ్మ గారికి కృష్ణ శ్రీరామ్ కి డబ్బు ఇచ్చిన సంగతి చెప్పాడు. తప్పకుండా డబ్బును మీకు అందచేస్తానని చెప్పాడు. ఆ సమయంలో ఆమె ఏమి మాట్లాడలేకపోయింది.

తనతో పాటు రమ్మని కృష్ణ వాళ్ల అమ్మను శ్రీరామ్ ఎంత బ్రతిమిలాడినా నా కొడుకు కట్టించిన ఇల్లు ఇది. ఇందులోనే నా చావు జరగాలి. ఇల్లు వదిలి ఎక్కడికి వచ్చేది లేదని చెప్పింది. మొహమ్మద్ పరిస్థితి కాస్త మెరుగుపడింది. అందరు కలిసి నాలుగు రోజుల తర్వాత బెంగళూరు వచ్చేశారు.

మొన్నటి వరకు మాతో పాటు ఎంతో చలాకీగా పనిచేసిన కృష్ణ లేడంటే నమ్మబుద్ధి కాలేదు. బెంగళూరుకి వచ్చిన తర్వాత నివాళి సభను ఏర్పాటు చేశాడు శ్రీరామ్. కృష్ణతో పరిచయం ఉన్న ప్రతి ఒక్కరూ కృష్ణ చేసిన గుప్తదానాల గురించి చెప్తుంటే శ్రీరామ్ కి చాలా బాధ అనిపించింది. ఇంతటి మంచి వ్యక్తి తెలిసి తెలిసీ ఎలా తప్పు చేశాడో అనుకున్నాడు.

ఆ తర్వాత వారానికి ఒకసారి కృష్ణ వాళ్ల అమ్మకి ఫోన్ చేసి మాట్లాడేవాడు. ఆమె చాలా బాధపడేది. ఒకసారి డబ్బు విషయం చెప్పాడు. కుదిరినప్పుడు కొంత కొంత ఇస్తూ ఉంటానని చెప్పాడు. 'నాకెందుకయ్యా ఆ డబ్బు చెట్టంత కొడుకుని పోగొట్టుకున్న నా పరిస్థితి కూడా ఇప్పుడో అప్పుడో అనేట్టు ఉంది. ఆ డబ్బును ఏదైనా మంచి కార్యక్రమాలకి ఉపయోగించండి.

అంత డబ్బు కృష్ణ మీకు ఇచ్చాడంటే మీరు ఎలాంటి వారో నేను ఊహించగలను. 'శ్రీరామ్ ఏమీ మాట్లాడలేకపోయాడు.

***

కృష్ణ ఇచ్చిన డబ్బుతో ఏదో ఒక విధంగా ఉపయోగించాలనుకున్నాడు శ్రీరామ్. ఎన్ని కష్టాలు వచ్చినా యెలహంక ఇంటిని మాత్రం అమ్ముకోలేదు. ఇప్పుడు ఇంటిని అమ్మితే కాని శ్రీరామ్ కి డబ్బు రాదు. ఇంటిని అమ్మితే కృష్ణ అప్పు తీరిపోయి కాస్త డబ్బు మిగులుతుంది. దానితో ఉన్న సూపర్ మార్కెట్ తో పాటు ఇంకేదైనా వ్యాపారం మొదలు పెడితే మంచిదనుకున్నాడు శ్రీరామ్.

ఇంటిని అమ్మకానికి పెట్టాడు. చాలా మంది వచ్చి చూసి వెళ్తున్నారు. చివరికి ఒక రియల్ ఎస్టేట్ వ్యాపారి ఇంటిని కొనడానికి ముందుకు వచ్చాడు. డెబ్బై లక్షలకి బేరం పెట్టాడు. అరవై రెండు లక్షలకి బేరం కుదిరింది. అడ్వాన్సు పది లక్షలు ఇచ్చి.. వచ్చే నెలలో మొత్తం ఇస్తానని చెప్పాడు.

పక్కనే ఒక చిన్న ఇల్లు అద్దెకు తీసుకున్నాడు. ప్రస్తుతానికి సూపర్ మార్కెట్ చూసుకొని, ఆ తర్వాత ఏదైనా వ్యాపారం చేద్దామని అనుకున్నాడు.

డబ్బు మొత్తం అందగానే మొహమ్మద్ కి ఫోన్ చేసి చెప్పాడు. మొహమ్మద్ కూడా కృష్ణకు బాకీ ఉన్న విషయం చెప్పాడు. కృష్ణ వాళ్ల అమ్మకు ఇల్లు కట్టాలని అనుకునేవాడు.

అది తీరక ముందే పోయాడు. ఒక పని చేద్దాం. అందరం కలిసి కృష్ణ వాళ్ల ఇంటికి వెళ్దాం. అమ్మ గారికి విషయం చెప్పి ఒక ఇల్లు కడదాము.

మరుసటి రోజే శ్రీరామ్, మొహమ్మద్ కలిసి కృష్ణ ఇంటికి వెళ్లి అమ్మకు విషయం చెప్పారు. లేదు వాడికి చదువంటే చాలా ఇష్టం. నాకు ఈ ఇల్లు చాలు. ముసలిదాన్ని ఇప్పుడు నాకు కావాల్సింది ఆరు అడుగుల గోతి కానీ ఇల్లు ఎందుకు? ఆ డబ్బుతో ఒక ఇస్కూల్ కట్టించండి. ఆ ఇస్కూల్ కి వాడి పేరు పెడితే అది చూసి కన్నుమూస్తాను. అమ్మ గారి కోరిక మేరికే ఒక ఎకరా స్థలంలో స్కూల్ కట్టించారు. మొహమ్మద్ శ్రీరామ్ ని స్కూల్ బాధ్యతలు చూడమన్నాడు.

శ్రీరామ్ గమ్యం వేరు. తాను "గే" హక్కుల కోసం పోరాడుతున్నానని. ఇలాంటి బాధ్యతలు ఈ సమయంలో తీసుకోలేనని. ప్రస్తుతానికి క్షమించమని, కావాలంటే ఇంకొన్ని సంవత్సరాల తర్వాత చూసుకుంటాను అన్నాడు.

అయితే ఒక పని చేద్దాము. స్కూల్ కార్యక్రమాలు చూసుకోడానికి ఒక కమిటీ వేసి అమ్మను అధ్యక్షురాలిగా పెడదాము. అప్పుడప్పుడు మనం వచ్చి అన్నీ సవ్యంగా జరుగుతున్నాయో లేదో చూద్దామన్నాడు. మొహమ్మద్ కూడా శ్రీరామ్ సమస్యను అర్థం చేసుకున్నాడు. అనుకున్నట్టే ఒక కమిటి వేసి ఉపాధ్యాయులను కమిటిలో మెంబర్స్ గా ఉంచారు.

@@@

స్కూల్ ప్రారంభోత్సవానికి ప్రఖ్యాత కన్నడ రచయిత, జ్ఞానపీట్ అవార్డు గ్రహీత ఆచార్య చంద్రశేఖర అంబర్ గారిని ముఖ్య అతిథిగా ఆహ్వానించడానికి శ్రీరామ్, మొహమ్మద్ కలిసి వెళ్ళారు. వారి పేర్లు చెప్పగానే ఆయన గుర్తు పట్టి ఎలా ఉన్నారు? మీ గురించి విన్నాను. పత్రికల్లో చదివాను కూడా అన్నగానే శ్రీరామ్ కి ఆనందంగా అనిపించింది.

కృష్ణ మరణం గురించి చెప్పి స్కూల్ ఓపెనింగ్ కి తప్పకుండా రావాలని కోరారు. కృష్ణ మరణం తెలిసి తీవ్ర దిగ్భ్రాంతి వ్యక్తపరిచి తప్పకుండా కార్యక్రమానికి హాజరౌతాను, అది నా బాధ్యత అన్నారు. అలాగే విద్యావేత్తలు, సామాజిక కార్యకర్తలను, ప్రభుత్వ అధికారులను కూడా పిలిచారు. అనుకున్న దానికంటే గ్రామ ప్రజలు కూడా పెద్ద మొత్తంలో సభకు హాజరయ్యారు.

వేదికపై నుండి కృష్ణ అమ్మ మాట్లాడుతూ చిక్కి శల్యామై గుర్తు పట్టడానికి వీలు లేకుండా నా బిడ్డ నా దగ్గరకు శవంగా వచ్చాడు. నేను ఆ శవాన్ని చూసినప్పుడు నా గుండె పగిలిపోయింది. ఆ తర్వాత అనేకులు నా బిడ్డ గురించి రకరకాలుగా మాట్లాడుతుంటే ఏమో అనుకున్నాను! ఈరోజు నాకు నిర్ధారణ అయ్యింది.

తనలో తాను మదనపడిపోయి నాకు చెప్పకపోవడం వల్లే ఇలా జరిగింది. అదే నాకు చెప్పి ఉంటే ఆ పాడు దేశానికి వెళ్ళేవాడు కాదు. చిన్నప్పటి నుండి నా బిడ్డను ఉత్తమ మార్గంలోనే పెంచాను. తాను కూడా నన్ను ఎప్పుడూ ఇబ్బంది పెట్టింది లేదు. భయపడో,

పిరిగితనమో తెలియదు కాని ఈరోజు నా బిడ్డ నాకు దూరం అయ్యాడు.

నా బిడ్డ తానేంటో నాకు చెప్పి ఉండి ఉంటే ఈరోజు నాకి గర్భశోకం ఉండేది కాదు. ఈ వేదిక నుండి నేను చెప్పేది ఒక్కటే మీరు ఎలా ఉన్న మీ తల్లిదండ్రులు మిమ్మల్ని ప్రేమిస్తారు. దయచేసి తల్లిదండ్రుల దగ్గర ఏ విషయాన్నీ దాచి పెట్టకండి. కృష్ణ చేసిన తప్పు ఎవరూ చేయకండని రెండు చేతులెత్తి ప్రాధేయపడింది. ఒక్కసారిగా సభ మొత్తం నిశబ్దంగా మారిపోయింది.

"చంద్రశేఖర అంబర్" కృష్ణ గురించి మాట్లాడుతూ కృష్ణ లాంటి వారు ఇంత త్వరగా పోకుండా ఉండాల్సింది. వారు జీవించి ఉంటే "గే" కమ్యూనిటీ కోసం మరిన్ని సేవలు చేసేవారు. జీవితంలో మనం తెలియకచేసిన పొరపాట్లే మన జీవితాన్ని శాసిస్తాయి.

కోట్ల రూపాయలు ఖర్చుపెట్టి పిల్లలకు చదువు చెప్పించడం అంటే సామాన్యమైన విషయం కాదు. ఇలాంటి కార్యక్రమాలు చేయాలంటే మంచి మనసు ఉండాలి. ఆ మనసు కృష్ణ గారికి ఉంది కాబట్టే తన చుట్టూ ఉన్నవారు ఇబ్బందుల్లో ఉంటే అనేక విధాలుగా సహాయపడ్డారు. ఈ లోకాన్ని వదిలిన తర్వాత కూడా ఈ విధంగా సహాయపడటం అందరికి సాధ్యపడదు. అది కృష్ణ గారికే చల్లింది.

"గే" లు నేరస్తులు కాదు. వారి గురించి సరైన అవగాహన లేకపోవడం వల్లే వారిని సమాజం చిన్నచూపు చూస్తోంది. సాహిత్యవేత్తగా ఇప్పటి నుండి నా రచనలలో వీరి గురించి తప్పకుండా రాస్తాను. అంతే కాకుండా వీరు చేసే పోరాటాల్లో నా వంతు సహాయ సహకారాన్ని అందిస్తాను.

నా మద్దతుగా కృష్ణకు నివాళిగా కృష్ణ చిత్రపటం దగ్గర ఈ గులాబి పువ్వును ఉంచుతున్నాను.

'గే' కమ్యూనిటీకి మద్దతు తెలిపే ప్రతి ఒక్కరూ కృష్ణ చిత్రపటం దగ్గర ఒక పువ్వును నివాళిగా సమర్పించండి అనగానే చంద్రశేఖర అంబర్ గారి వెనకాలే పాఠశాల ప్రధానోపాధ్యాయులు కూడా కృష్ణ చిత్రపటం దగ్గర గులాబిని ఉంచి తన మద్దతు తెలిపారు.

ఆ వెనకే ఐదో తరగతి చదివే హరిత, ఆరో తరగతి చదివే కిరణ్ కూడా కృష్ణ చిత్రపటం దగ్గర గులాబీలు ఉంచారు. సభ ముందు వరుసలో ఉన్న మేధావులు, అధికారులు, సాహిత్యవేత్తలు, సామాజిక కార్యకర్తలు కూడా తమ మద్దతుగా గులాబీలు ఉంచారు.

వేదిక మీద ఉన్న ప్రముఖులు వేదిక దిగి బయటకి వస్తూ వెనకకి తిరిగి చూడగా సభకు హాజరైన తల్లిదండ్రులు, గ్రామ ప్రజలు వరుసగా కృష్ణ చిత్రపటానికి గులాబీలు వేయడానికి పెద్ద వరుసలో నిల్చున్నారు.

***

ఇల్లు అమ్మిన వచ్చిన డబ్బుతో బెంగళూరు హైవే లో గోరంట్ల దగ్గర నాలుగు ఎకరాల భూమి తీసుకున్నాడు శ్రీరామ్. ఆంధ్రప్రదేశ్ ప్రభుత్వం చిన్న పరిశ్రమలకు మంచి ప్రోత్సాహం ఇస్తోంది. భూమిని బ్యాంకు లో పెట్టి పేపర్ ప్లేట్స్ తయారు చేసే పరిశ్రమ పెట్టాలని లోన్ కు దరఖాస్తు పెట్టుకున్నాడు. నెల రోజుల్లో లోన్ వచ్చింది. పరిశ్రమను నెలకొల్పాడు.

ప్రతిరోజూ యెలహంక నుండి గోరంట్లకు వెళ్లి పనులు చూసుకొని మళ్ళీ సాయంత్రానికి ఇంటికి వచ్చేసేవాడు. అక్కడ ఉత్పత్తి అయినా ప్రోడక్ట్ అంతా మొదట తన సూపర్ మార్కెట్ లోనే అమ్మేవాడు. ఆ తర్వాత మెల్లగా చిన్న చిన్న దుకాణాలకు సరఫరా చేశాడు. అనుకున్నంతగా కాకపోయినా వ్యాపారం బాగానే జరుగుతోంది. మెల్లగా ఆ పనులన్నీ సాయి చూసుకోవడం మొదలు పెట్టాడు. పెద్ద పెద్ద సంస్థలతో, హోల్ సేల్ దుకాణాలతో ఒప్పందాలు కుదుర్చుకొని వారికి కావాల్సిన రీతిలో ప్రోడక్ట్ ఉత్పత్తి చేసి సరఫరా చేసేవాడు.

సాయి లేని జీవితాన్ని శ్రీరామ్ ఊహించుకోలేకపోయాడు. శ్రీరామ్ ప్రతి అడుగులో సాయి ఉన్నాడు. అసలు సాయి లేకపోతే శ్రీరామ్ ఇన్ని పనులు చేసేవాడు కాదు.

శ్రీరామ్ ఎలాంటి నిర్ణయాలు తీసుకున్నా సాయి తోడుగా నిలిచాడు. మంచిలో, చెడులో అండగా నిలిచాడు. సాయి లాంటి వాడు శ్రీరామ్ జీవిత భాగస్వామిగా రావడం వల్లే తాను అనుకున్న పనులన్ని చేయగలుగుతున్నాడు. మళ్ళీ "గే" సభల్లో, పోరాటాల్లో బిజీ అయిపోయాడు.

ప్రేమకు శరీరంతో కాని, జెండర్ తో కాని సంబంధం లేదు. "గేయ్స్" అసహజమైన వారు కానే కాదు. వారు కూడా ప్రకృతిలో భాగమే.

"మై సెక్సువల్ ఓరియెంటేషన్ ఈజ్ మై రైట్"

***

నవల వెనుక సన్నాహాలు

ఈ నవలా వస్తువు నా పరిధిలో లేనిది. వస్తువును ఎన్నుకోడానికి, సమర్ధవంతంగా రాయగలుగుతానా.. లేదోనని చాలా ఆలోచించాను. వస్తువు గురించి ఏమాత్రం అవగాహన, సమాచారం లేదు. మొదట అవగాహన కల్పించుకోవాలి, "గే" కమ్యూనిటీకి చెందినవారితో మాట్లాడాలి, అప్పుడే వారి సమస్యలు తెలుస్తాయని భావించాను.

వస్తువు యొక్క విషయ సేకరణకే రెండేళ్లు పట్టింది. ఈ నవలలోని 80 శాతం సంఘటనలు వాస్తవాలే. అనేకమంది 'గే' లు ఎదుర్కొన్న సమస్యలను ఆధారంగా చేసుకుని రాసిన నవలే ఇది. వస్తువుకు సంబంధించిన విషయ సేకరణ చేయడం మొదటి పని అయితే, ఆ విషయాలను అర్థం చేసుకోడానికి మరింత సమయం పట్టింది.

నవల రాయడానికి ముందే ప్రముఖ నవలా రచయిత శ్రీ "సయ్యద్ సలీం" గారికి ఫోన్ చేసి "గే" లపై నవల రాస్తున్నాను, మీ అభిప్రాయం తెలుపమని కోరాను. కొత్త వస్తువు కనుక మరీ పెద్దగా కాకుండా చిన్న నవలగా రాయండని సలహా ఇచ్చారు. అలా చెప్పడానికి కారణం కొత్త వస్తువు, అరుదైన వస్తువు కనుక మొదట పాఠకులు వస్తువును ఆహ్వానించేలా చేయాలన్నారు. వారు చెప్పినట్టే చిన్న నవలగా రాసాను. రాసిన తర్వాత వారికి పంపాను. నవల చదివిన వారు వస్తువును చక్కగా హ్యాండిల్ చేశారు అన్నారు.

అలాగే ఈ నవలలో దీప మరియు శ్రీరామ్ అమ్మ పాత్రలు బాగా నచ్చాయని చెప్పడంతో నాకు ధైర్యం వచ్చింది. సలీం గారు అరుదైన వస్తువులపై నవలలు రచించారు. కావున వారి సుముఖత నాకు ఊరటనిచ్చింది. నవలను ఎవరైనా విమర్శకులకు పంపి వారి అభిప్రాయాన్ని తెలుసుకోవాలనుకున్నాను. వెంటనే నాకు "ఆచార్య మేడిపల్లి రవి కుమార్" గారు గుర్తు వచ్చారు. వారికి ఫోన్ చేసి నవల పంపుతాను, చదివి తప్పులను సరిదిద్దండని అడిగాను. ఎంతో పని ఒత్తిడిలో ఉండి కూడా చాలా పాజిటివ్ గా స్పందించారు.

వారికి పీ.డి.ఎఫ్ పంపితే, ఆ పీ.డి.ఎఫ్ ని ప్రింట్ తీసుకొని ప్రతి విషయం వివరంగా సరిదిద్ది నవలను నాకు పోస్ట్ లో పంపారు. నిజమైన గురువులు అలానే ఉంటారు. నవల ఎలా ఉండాలి? నవలలో ఎక్కడెక్కడ ఎలాంటి వ్యాకరణం ఉపయోగించాలో వివరంగా చెప్పారు. వారు చెప్పిన మార్పులన్నీ చేసి మళ్ళీ వారికి నవలను పోస్ట్ లో పంపాను. రెండవ సారి చదివి, నవలలో కొన్ని టెక్నికల్ సమస్యల గురించి చెప్పారు. దాని వల్ల నవల మళ్ళీ మార్చి రాయాల్సి వచ్చింది. నేను ఇచ్చిన ముగింపు కాకుండా స్వల్ప మార్పు చేయమని సూచించారు. వారు చెప్పినట్టే మార్చాను. ఇక మీ నవల పుస్తకంగా తీసుకురావచ్చు అన్నారు.

2017, 2018లో నవల రాయడానికి బ్యాక్ గ్రౌండ్ వర్క్ చేశాను. 2019నవంబర్ లో నవల పూర్తి అయ్యింది. రెండేళ్ల కష్టం అంతా ఇంతా కాదు. సుమారుగా వందమంది 'గే' లతో మాట్లాడాను. నేను ఎదుర్కొన్న మొదటి సమస్య అసలు 'గే'లు ఎక్కడ ఉంటారు? వారిని ఎలా కలుసుకోవాలి? గూగుల్ చేస్తే "గే" యాప్స్ గురించి తెలిసింది. అలా "గే" యాప్స్ ద్వారా వారితో మాట్లాడటం జరిగింది.

మొదట విషయం చెప్పేవాడిని కాదు, నెమ్మదిగా వారితో స్నేహం చేయాలి. ఆ తర్వాత నాకు కావాల్సిన సమాచారం అడగాలి. వాస్తవానికి చాలామంది 'గే' యాప్స్ లో సెక్స్ కోసమే వస్తుంటారు. అసలు చాలామంది 'గే' లు కాదు కూడాను. అలాంటివారిని హ్యాండిల్ చేయడం అంటే యుద్ధం చేయడమే అనిపించింది.

మొదట వారి సమస్యలను అడిగేవాడిని, అలా నెమ్మదిగా విషయ సేకరణ చేయడం జరిగింది. ఎందుకో ఆ సమాచారం తృప్తి కలిగించలేదు. ఆ తర్వాత నాకు పరిచయమున్న కొంతమంది LGBT యాక్టివిస్టుల సహాయంతో 'గే' వ్యక్తుల ఫోన్ నంబర్స్ తీసుకున్నాను. అప్పుడే నాకు అనేక విషయాలు తెలిశాయి. ఈ సందర్భంలో ప్రతిలిపి రచయిత 'శ్రీరామ్ కొవ్వూరి' గారు చాలా సహాయపడ్డారు.

మనతో పాటు మన పక్కనే జీవిస్తున్న "గే" కమ్యూనిటీ పోరాటానికి మద్దతు తెలుపడం, "గే" సమస్యలు, కష్టాలు, వివక్ష లాంటి అనేక విషయాలను చర్చకు పెట్టడమే ఈ నవల రాయడానికి ముఖ్య కారణాలు. ఏ సమస్య అయినా సాహిత్య రూపంలో వస్తే, ఆ సమస్యపై చర్చ జరుగుతుందని నా అభిప్రాయం.

ఇది ప్రాంతీయ సమస్యో, జాతీయ సమస్యో కాదు. ప్రపంచ సమస్య, మనిషి లైంగిక సమస్య. ఎవరి సెక్సువల్ ఓరియెంటేషన్ వారిది. ఎవరూ దాన్ని తప్పుపట్టాల్సిన అవసరం లేదు. LGBT కమ్యూనిటీకి చెందినవారు సహజమైన వారేనని సమాజం అర్థం చేసుకుంటేనే వారి సమస్యలు తీరుతాయి. ఆ దిశగా ఈ నవల ఉపయోగపడుతుందని ఆశిస్తున్నాను.

ఈ నవలా వస్తువుతో మాకు సంబంధం లేదు అనుకోకుండా ప్రతి ఒక్కరూ చదవాలని కోరుతున్నాను. మనం ఈ సమాజంలో జీవిస్తున్నాము. వాళ్ళు ఈ సమాజంలోనే జీవిస్తున్నారు. మన తోటి మనుషుల కష్టాలు తెలుసుకోవాల్సిన అవసరం ఎంతైనా ఉంది. కావున ఈ నవలను ఆదరించాలని అందరిని కోరుతున్నాను.

"గే" జీవితాలపై తెలుగు సాహిత్యంలో మొదటగా నేనే స్పందించడం చాలా ఆనందంగా ఉంది. రచయిత ఏ వస్తువునైనా రాయగలగాలి. హిజ్రాలపై దీర్ఘ కావ్యం రాసినప్పుడు చాలామంది ఆ వస్తువుపై రాయడమెందుకు అన్నారు, నేను వాటిని పట్టించుకోలేదు. తర్వాత ఆ పుస్తకమే సాహిత్య పరంగా నన్ను నిలబెట్టింది.

"గే"లపై మాత్రం దీర్ఘ కావ్యం రాయాలనుకోలేదు. కవిత్వం కంటే నవల అయితే ప్రజల్లోకి మరింత చొచ్చుకుపోతుందని అనుకున్నాను. అందుకే నవల రాసాను. ఇది నా తొలి నవల. తొలి నవలే ఇలాంటి గొప్ప వస్తువుతో మీ ముందుకు రావడం ఆనందంగా ఉంది.

సాహిత్యంలో ఏ వస్తువూ నిషిద్ధం కాదనే సూత్రాన్ని బలంగా నమ్మే వ్యక్తిని కనుక ఎవరేం అనుకున్న పర్వాలేదు. నేను పోరాటం వైపే ఉంటాను. ప్రశ్నించేవారి వైపే ఉంటాను. అదే నా సాహిత్యప్రస్థానం. ఈ నవల రాయడానికి ప్రత్యక్షంగా, పరోక్షంగా సహాయపడిన ప్రతి ఒక్కరికీ పేరుపేరునా ధన్యవాదములు.

***

జీవిత సూచిక

1. పేరు : జాని తక్కెడశిల
2. కలం పేరు : అఖిలాశ
3. పుట్టిన తేది : 08-06-1991
4. తల్లిదండ్రులు : టి.ఆశ, టి.చాంద్ భాష
5. తోబుట్టువులు : టి. జాకీర్ బాషా, M.B.A, టి. అఖిల, B.B.A
6. సహధర్మచారిణి : నగ్మా ఫాతిమా, M.COM

విద్యార్హతలు

తొలి చదువు:

- ఒకటి నుండి తొమ్మిదో తరగతి వరకు నాగార్జున హైస్కూల్, పులివెందుల, వై.ఎస్.ఆర్ జిల్లా.
- పదవ తరగతి: ఎస్.బి మెమోరియల్ హైస్కూల్, ప్రొద్దుటూరు, వై.ఎస్.ఆర్ జిల్లా.
- డిప్లమా: ఎలక్ట్రానిక్స్ అండ్ కమ్యూనికేషన్ ఇంజనీరింగ్ (E.C.E) లయోలా పాలిటెక్నిక్ కాలేజ్ (Y.S.S.R), పులివెందుల.

మలి చదువు:

- బి.టెక్: ఎలక్ట్రానిక్స్ అండ్ కమ్యూనికేషన్ ఇంజనీరింగ్ (E.C.E) అమీనా ఇన్స్టిట్యూట్ అఫ్ సైన్స్ అండ్ టెక్నాలజీ, హైదరాబాద్.
- ఎం.టెక్: ఎలక్ట్రానిక్స్ అండ్ కమ్యూనికేషన్ ఇంజనీరింగ్ (E.C.E) శ్రీ వెంకటేశ్వర ఇన్స్టిట్యూట్ అఫ్ సైన్స్ అండ్ టెక్నాలజీ, కడప.
- హిందీ ప్రవీణ: దక్షిణ భారత హిందీ ప్రచార సభ, మద్రాస్.

ఇతర:

- P.G.D.C.A: టాప్లైన్ ఇన్స్టిట్యూట్, పులివెందుల.
- ఇంటర్మీడియట్: APOSS నుండి ఇంటర్మీడియట్ లో బై.పి.సి పూర్తి అయ్యింది.
- టెక్నికల్ కోర్సులు: C, Oops, C#, Dotnet, SQL, Oracle, Hardware & Networking, JAVA, JQUERY, HTML, Visual Basic, Amplitude, MS. Office, M.s dos.

బోధనానుభవం:

- మూడేళ్ళ పాటు పులివెందులలోని టాప్ లైన్ ఇన్స్టిట్యూట్ లో C, C++, Oracle, Hardware and Networking లాంటి కోర్సులను రెండు వేలకు పైగా విద్యార్థులకు భోదించారు.

ఉద్యోగం:

- మొదట సాఫ్ట్వేర్ గా పని చేశారు.
- 2016 నవంబర్ - 9 నుండి ఇప్పటిదాక ప్రతిలిపి తెలుగు విభాగాధిపతిగా సేవలు అందిస్తున్నారు.

ముద్రితమైన పుస్తకాలు

కవిత్వం

1. అఖిలాశ
2. విప్లవ సూర్యుడు
3. నక్షత్ర జల్లుల్లు (కొత్త సాహిత్య ప్రక్రియ)
4. బురద నవ్వింది
5. మట్టినైపోతాను (యాత్ర కవిత్వ సంపుటి)
6. గాయాల నుండి పద్యాల దాక
7. పరక

దీర్ఘకావ్యాలు:

1. 'వై' (తెలుగు సాహిత్యంలో హిజ్రాలపై రాసిన రెండవ దీర్ఘకావ్యం)
2. ఊరి మధ్యలో బొడ్రాయి (మర్మాంగంపై రాసిన తొలి తెలుగు దీర్ఘకావ్యం)

కథా సంపుటాలు:

1. ఘరూ (రాయలసీమ మాండలిక ముస్లిం మైనార్టీ కథలు)
2. కట్టెల పొయ్యి కథా సంపుటి.

నవలలు:

1. మది దాటని మాట ('గే' కమ్యూనిటీపై తొలి తెలుగు నవల)
2. రంకు (అక్రమ సంబంధాలపై ముస్లిం మైనార్టీ తెలుగు నవల)
3. దేవుడి భార్య (దేవదాసి వ్యవస్థపై రాసిన నవల)
4. జడకోపు (చెక్కభజన కళాకారుడి జీవితాన్ని ఆధారంగా చేసుకొని రాసిన నవల) అముద్రితం
5. చాకిరేవు (రజక కులస్తుల జీవితాల మీద రాసిన నవల) అముద్రితం

సాహిత్య విమర్శ:

1. వివేచని (యాభై వ్యాసాల విమర్శ సంపుటి)
2. అకాడమీ ఆణిముత్యాలు (కేంద్ర సాహిత్య అకాడమీ అవార్డు పొందిన పుస్తకాలపై వ్యాసాలు)
3. కవిత్వ స్వరం (ఆధునిక తెలుగు కవిత్వంపై విమర్శ వ్యాసాలు)
4. శివారెడ్డి కవిత్వం ఒక పరిశీలన (శివారెడ్డి కవిత్వంపై వ్యాస సంపుటి)
5. నడక (రాచపాళెం విమర్శపై వ్యాస సంపుటి)
6. సూచన (డా. ఎన్. గోపి గారి కవిత్వంపై వ్యాస సంపుటి)

హిందీ:

1. జిందగీ కె హీరే (నానోలు హిందీలో) నానోలను హిందీ సాహిత్యానికి పరిచయం చేసిన మొదటి పుస్తకం.

అనువాదం:

1. 22 మంది రచయితల బాలసాహిత్య తెలుగు కథలను ఆంగ్లంలోకి అనువాదం చేశారు. Ukiyoto అనే ప్రపంచ ప్రఖ్యాత పుస్తక ప్రచురణ సంస్థ 'Tiny Treasures' పేరుతో ముద్రించింది.

2. తెల్లరొమ్ము నల్లరొమ్ము (ఆంగ్లం నుండి తెలుగు అనువాద కవిత్వం)

సంపాదకత్వం:

1. మాతృస్పర్శ (160 మంది కవులు అమ్మపై రాసిన కవితలు)

2. తడి లేని గూడు (కథా సంపుటం)

బాలసాహిత్యం:

1. పాపోడు (రాయలసీమ కడప మాండలిక బాలసాహిత్య కథలు, కథలన్నీ పిల్లల సమస్యలపై మాత్రమే రాసినవి)

2. బాలసాహిత్యంలోకి(బాలసాహిత్య విమర్శ వ్యాసాలు)

3. బాలల హక్కులు (బాలల హక్కులపై తొలి తెలుగు బాలసాహిత్య నవల)

ముద్రణకు సిద్ధంగా:

తెలుగు:

1. వివిధ పత్రికలలో ముద్రించబడిన బాల సాహిత్య గేయ సంపుటి.

2. ఒక కథా సంపుటి, రెండు కవిత్వ సంపుటాలు.

ఆంగ్లం:

1. 'Lie' ఆంగ్ల కవిత్వ సంపుటి.
2. 'God's Land & other Stories' కథా సంపుటి.

పురస్కారాలు:

1. సత్రయాగం సాహిత్య వేదిక నుండి 'కవిమిత్ర' పురస్కారం.

2. బాలానందం సాహిత్య సంస్థ నుండి బాల సాహిత్య పురస్కారం.

3. చెన్నైకి చెందిన తెలుగు రైటర్స్ ఫెడరేషన్ నుండి 'తెలుగు-వెలుగు' పురస్కారం.

4. ఉమ్మడిశెట్టి ఉత్తమ కవితా పురస్కారం.

5. కలిమిశ్రీ ఉత్తమ కవితా పురస్కారం.

6. "వై" పుస్తకానికి శ్రీమతి శకుంతలా జైని స్మారక కళా పురస్కారం - 2019.

7. 'వివేచని' సాహిత్య విమర్శ సంపుటానికి కేంద్ర సాహిత్య అకాడమీ యువ పురస్కారం.